हाफ़ तिकीट

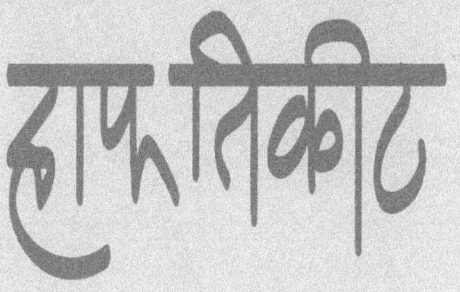

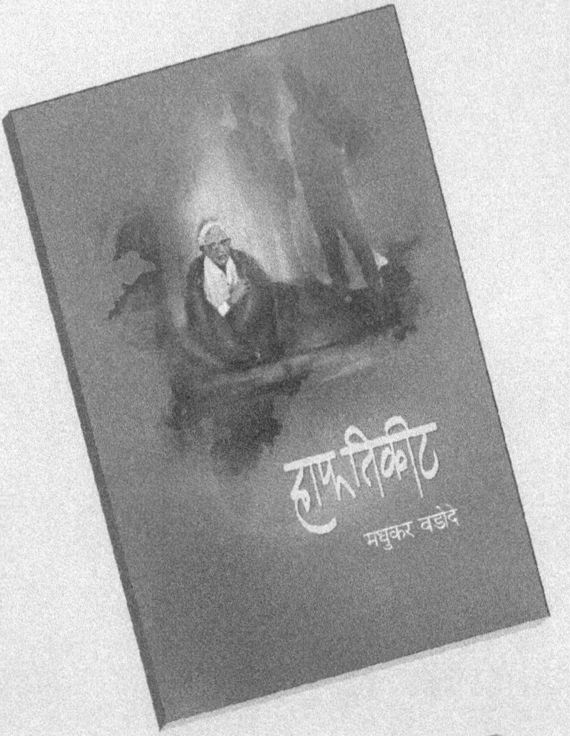

हाफ तिकीट

दिलीपराज प्रकाशन प्रा. लि.™

२५१ क, शनिवार पेठ, पुणे -४११०३०.

हाफतिकीट

(कथासंग्रह)

मधुकर वडोदे

दिलीपराज प्रकाशन प्रा. लि.™
२५१ क, शनिवार पेठ, पुणे - ४११०३०

हाफतिकीट
Half Tikit

◆ **प्रकाशक**
राजीव दत्तात्रय बर्वे,
मॅनेजिंग डायरेक्टर,
दिलीपराज प्रकाशन प्रा. लि.,
२५१ क, शनिवार पेठ, पुणे - ४११ ०३०.
दूरध्वनी (सर्व फॅक्ससहित)
२४४७१७२३, २४४८३९९५, २४४९५३१४
Email: diliprajprakashan@yahoo.in

◆ **प्रथमावृत्ती** - १५ जून २०१६

◆ **प्रकाशन क्रमांक** - २२९२

◆ **ISBN** - ९७८ - ९३ - ५११७ - १२८ - ७

◆ **टाईपसेटिंग**
पितृछाया मुद्रणालय,
९०९, रविवार पेठ, पुणे - ४११ ००२.

◆ **मुद्रितशोधन** - असित बडवे

◆ **मुखपृष्ठ** - संतोष धोंगडे

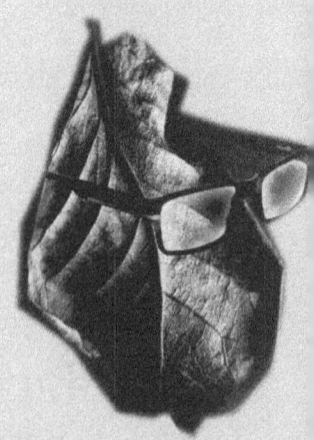

तीर्थरूप बाबांस...

प्रस्तावना...

प्रत्येकाचं जीवन म्हणजे एक कथा असते. ती वेगवेगळी असते. साम्य बहुधा नसतंच. आपण अनेक माणसं बघतो, त्यांचं जीवन बघतो. आपल्याही जीवनाकडे आपण बघत असतो– कधी डोळे बंद करून, तर कधी डोळे उघडे ठेवून. संवेदनक्षम माणूस जगण्याचे प्रत्यय-अनुभव डोळ्यांनी टिपतो, मनाने वेधतो आणि लेखणीने शब्दबद्ध करतो. हे सारं साकारण्याचं कौशल्य, चातुर्य बहुश: लेखकांजवळ असतं. अशीच सर्जनशक्ती असलेले लेखक प्रा. मधुकर वडोदे यांचा 'हाफ तिकीट' हा कथासंग्रह प्रकाशित होतोय, याचा आनंद वाटतोय.

प्रा. मधुकर वडोदे यांचं वास्तव्य खामगावला. एक प्रतिभावंत साहित्यिक म्हणून त्यांचा साहित्यक्षेत्रात नावलौकिक आहे. यापूर्वी त्यांचे दोन लेखसंग्रह आणि दोन काव्यसंग्रह प्रकाशित आहेत. त्यांच्या कथा विविध स्पर्धांमधून प्रथम क्रमांकाने पुरस्कृत झाल्या आहेत. ग्रामीण जीवनाचं वास्तव रेखाटणाऱ्या, व्यथा मांडणाऱ्या त्यांच्या कथा या कथासंग्रहात समाविष्ट झाल्या आहेत. या कथा वाचून वाचकांना सोसण्या-भोगणाऱ्यांचं जीवन कळतं. मानवी जीवनाचा खरा अर्थ उमजतो. कथा म्हणजे काय असते? ती तुमच्या-आमच्या जगण्याचं चित्रण असते, मनाला मंत्रून टाकणारं संवेदन असते, सामाजिक जाणिवेचं मंथन असते.

या कथासंग्रहात एकूण नऊ कथा आहेत. त्यांतील दोन काहीशा दीर्घ आहेत. मात्र दीर्घ असल्या तरी त्या कुठे रेंगाळत-भरकटत नाहीत, तर त्या विषयाला धरून आपल्या मुक्कामापर्यंत पोहोचतात. म्हणूनच 'आधारवड', 'आभाळाचे रंग गहिरे' या विस्तृत कथा स्पर्धेमध्ये पुरस्कारप्राप्त ठरल्या आहेत.

'आभाळाचे रंग गहिरे' ही कथा सरकारी यंत्रणेच्या नाकर्तेपणाचा बळी ठरलेल्या एका गरीब शेतकऱ्याची आहे. रात्रभर पाऊस, गारांचा वर्षाव आणि सदाच्या काळजात आकाशातून पडलेल्या प्रत्येक गारेगणिक घाव. कारण त्यानं

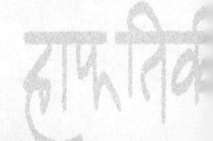

महागाचं बियाणं आपल्या वावरात पेरलं होतं. रात्रभर पडलेल्या पावसानं सदाचं स्वप्न उद्ध्वस्त होतं. मुलीचं लग्न, आजारी बापाचा इलाज कसा करायचा? त्यात ही गारपीट...! सदा आर्थिक व मानसिक दृष्ट्या खचला होता. विमा कंपनीच्या एका महिन्याच्या करारानं तो बेजार होऊन आमदाराला भेटायला जातो. पण आचारसंहितेमुळे सरकारकडून मदत मिळण्याची आशा मावळून जाते. शेवटी आत्महत्येशिवाय सदाजवळ कोणताच पर्याय नसतो. अशी ही हृदय पिळवटून टाकणारी कथा गरीब शेतकऱ्याचं दुर्दैव अधोरेखित करणारी आहे.

'आधारवड' ही कथा सरपंच विश्वासराव पाटील यांचा गावकऱ्यांविषयीचा जिव्हाळा दर्शविणारी आहे. हलाखीच्या परिस्थितीमुळे बरेच गावकरी विजेची बिलं भरत नव्हते. घरपट्टी भरण्यासाठी ग्रामसेवक, सरपंच घरोघरी फिरत होते. पण आर्थिक परिस्थिती कमालीची ढासळल्यामुळे गावकऱ्यांकडून ती भरणं शक्य नव्हतं. त्यात उन्हामुळे पाणीटंचाई. या साऱ्या संकटाला भोगणारं डोलारखेड हे खेडंगाव मर्तिकासारखं निपचित पडलं होतं— सुन्न अंधारात. सर्वांना मदतीचा हात देणारे विश्वासराव पार खचून गेले होते. डीपीजवळच्या तारांच्या घर्षणाने पऱ्हाटीच्या गंजीला आग लागते, ती फैलावत जाते आणि अख्खं गाव जळून खाक होतं. अशा वेळेस विश्वासराव पाटील गावकऱ्यांच्या मदतीला धावून येतात. गावचे खरे आधारवड विश्वासरावच आहेत, अशा शब्दांत भाऊसाहेबांकडून सर्व गावकऱ्यांसमोर त्यांचं कौतुक होतं. एका समाजसेवकाची ही कथा ग्रामस्थांनी बोध घेण्याजोगी आहे.

'गुंता' ही प्रेमभंगाची कहाणी आहे. सुमती आणि सुधीरचं लग्नाअगोदर प्रेम असतं. मात्र घरातील काही कारणामुळे सुमतीचा विवाह सुनीलशी होतो. पंचवीस वर्षांनंतर प्रेमी सुधीर तिच्या घरी येतो आणि प्रेमाच्या जुन्या आठवणींना उजाळा येतो. या दोघांच्या जीवनाचा प्रवास सोबत न होण्यात चूक कुणाची? त्याची की तिची? पण सारं काही आता आठवणींच्या कोषात गुंडाळलेलं. प्रेम जपणं किती अवघड असतं! बहरलेली प्रीत पूर्णत्वास न गेल्यास दुःखाचा भोग दोघांच्याही नशिबी अटळच. प्रेमभंगाच्या दुःखाने दोघंही घायाळ झालेले. सामंजस्याने, निरभ्र मनाने जीवनात त्याने केलेला त्याग– केवळ ती सुखी राहावी या प्रेमापोटी सहन करीत सुधीर सुमतीच्या जीवनातून निघून जातो. दोन जीवांची ही प्रेमकहाणी वाचकाच्या मनावर गोंदली जाण्यास सार्थ ठरते.

एक शिक्षिका डबेवाली बाई कशी बनते? आधुनिक शिक्षकी पेशा आणि ट्युशन क्लासेसचा धंदा यावर प्रहार करणारी ही कथा आहे. अलीकडे शिक्षणक्षेत्र एक व्यवहार झालाय आणि या व्यवहाराभोवती स्वार्थाचा भोवरा फिरू लागलाय.

अशा वृत्तीच्या आहारी जाऊन शिक्षक स्वतःचे हसू करून घेतात आणि चारचौघांत अपमानितही होतात. गोखले मॅडमचं असंच झालंय. मुलांच्या जेवणाचे डबे चोरण्याची तिला सवय; पण चोरी कोठपर्यंत लपून राहणार? एक दिवस ती उघड होतेच. मग काय— 'डबे चोरणारी डबेवाली बाई' म्हणून ती शाळेत नावाजली जाते.

'दुष्काळ' ही हवालदिल झालेल्या एका शेतकऱ्याची करुण कथा आहे. रखरखत्या उन्हात राबून जमिनीलाच काय, तर तुयशीरामच्या आयुष्यालाही भेगा पडल्या होत्या. पण एक दिवस ही लढाई आपण जिंकल्याशिवाय राहणार नाही, असा निर्धार तो मनाशी करतो. संकटाशी संघर्ष करणं, त्यावर मात करण्याचा प्रयत्न करणं हे तुयशीराम जाणून होता. नैसर्गिक आपत्तीच्या कोरड्या दुष्काळाने सारेच पोळले होते. मात्र तुयशीरामची योजना, त्याचं मार्गदर्शन शेतकऱ्यांना पटलंय. गावकऱ्यांच्या इच्छाशक्तीमुळे दुष्काळशी सामना करून— विशेषतः खचून न जाता— आयुष्य फुलण्याच्या मार्गी लागलं. खचून गेलेल्या शेतकऱ्यांना दिलासा देणारी ही कथा वाचनीय आहे.

वास्तवदर्शी जीवनदर्शन, संवेदनशीलता, जीवनसंस्कृतीचे मर्म उलगडण्याचा प्रयत्न प्रा. मधुकर वडोदे यांनी केला आहे. या संग्रहातील बहुतांश कथा ग्रामीण संस्कृतीचे दर्शन देण्यात सार्थ ठरतात. सूक्ष्म आणि मार्मिक निरीक्षण, अस्सल वऱ्हाडी बोलीतील संवाद, बोली या भाषारूपाचा सर्जकपणे केलेला वापर— या एकत्रितपणामुळे वडोदे यांची कथा प्रभावी ठरणारी आहे. वडोदे यांच्या कथालेखनाचा एकत्रित विचार करता सर्वसामान्य, गरीब, मध्यमवर्गीय जीवनाच्या परिघात त्यांची कथा वावरताना दिसते. मानवी जीवनाचा अंतर्मुख पद्धतीने ती वेध घेते. दारिद्र्य, दुःख, जीवनचिंतेचा प्रश्न उपस्थित करणारी त्यांची कथा माणसाच्या जीवनप्रणालीचा विविधांगी शोध घेणारी आहे. काल्पनिक कथा असो वा सत्य कथा असो— त्याचा लेखक समाजातील एक घटक असतो. समाजाशी त्याचं नातं असतं. हे नातं जपत असताना तो त्याच्या कथेतील पात्रांशी एकरूप झालेला असतो. ही एकरूपता त्याला कथालेखनास बाध्य करते. त्याच्या व इतरांच्या जीवनातील अनाकलनीयता, अतर्क्यता तो उलगडून दाखविण्याचा प्रयत्न करीत असतो. वडोदे यांची कथा याच दिशेने जाऊन वाचकांची मनं मुठीत घेणारी आहे.

'निर्धार' ही कथा स्त्रीच्या अस्तित्वाचा आणि भ्रूणहत्येच्या भीषण वास्तवाचा वेध घेणारी आहे. आई, बहीण, पत्नी, मुलगी— या रूपातलं हळवं नातं संपविणाऱ्या डॉक्टरांचं पितळ उघडं पाडण्याचा सावित्री निर्धार करते. ही बाब खुशालरावांच्या लक्षात आल्यावर ते सावित्रीच्या कार्याला हातभार लावतात आणि एक दिवस अवैध

पद्धतीने गर्भपात करणाऱ्या डॉक्टरला पकडून देण्यास यश मिळवतात. स्त्री-भ्रूण-हत्या... माणुसकीला लागलेला कलंक थोडाफार का होईना पुसला जातो. सावित्रीच्या या प्रयत्नाचं गावात कौतुक होतं. लेक वाचविणे ही आजच्या काळाची गरज आहे. अशा आशयाची 'निर्धार' ही कथा वाईट विचारप्रवृतीच्या लोकांना उपदेश देणारी आहे.

जेमतेम पगाराची नोकरी असलेला सतीश आपल्या कुटुंबावर ओढवलेल्या परिस्थितीशी सामना करताना खचून गेलेला असतो. त्याची पत्नी सरिता मुलांच्या जेवणाचे डबे करून उदरनिर्वाहाला हातभार लावीत असते. दोन मुलांचा सांभाळ, जेवणाचे डबे, यामुळे सरिताच्याही प्रकृतीवर परिणाम झाला असतो. पण जीवन जगत असताना सुख-दुःखाला सामोरे जावंच लागत असतं. प्रपंच, प्रकृती आणि पगार यांची सांगड काही केल्या बसत नव्हती. दुःखाच्या झळांनी हे कुटुंब होरपळून जात होतं. सतीश एके काळी उकृष्ट सूत्रसंचालक होता. अरविंद भोंडे या हास्यकवीच्या मुलाखतीसाठी त्याला निमंत्रित करण्यात येतं, तेव्हा त्याच्या आठवणीला उजाळा मिळतो. त्याचं मन काही वेळापुरतं तरी आनंदित होतं. पण कार्यक्रमातून घरी आल्यावर पुन्हा तो पराभूत झाल्यागत बेचैन होतो. भावनोत्कटता चित्रित करणारी 'यशापयश' ही कथा दारिद्र्य रेखांकित करणारी आहे.

शासनाने ज्येष्ठ नागरिकांना एस.टी.च्या प्रवासात हाफ तिकिटाची सवलत दिली हे खरे, परंतु या हाफ तिकिटामुळे काही नागरिकांवर कसा प्रसंग गुदरतो याचा प्रत्यय देणारी 'हाफ तिकीट' ही कथा कुचंबणेची साक्ष देणारी आहे. कामाचा ताण कमी व्हावा, व्यग्रतेतून काहीसं मोकळं व्हावं म्हणून सूनबाईच्या आग्रहास्तव सदाकाका आपल्या पत्नीसह बाहेरगावी नोकरीवर असलेल्या मुलाच्या गावी जातात. हाफ तिकिटामुळे काहीसे पैसे वाचावे, म्हणून सूनबाई सासऱ्याला अर्थात सदाकाकाला काही कामानिमित्त बाहेरगावी पाठवते. सारखा पाऊस व बसस्थानकावरील गर्दीमुळे सदाकाका मूर्च्छा येऊन खाली कोसळतात. इकडे त्यांची पत्नी सारखी वाट पाहत असते. कुणी सज्जन माणूस सदाकाकाला घरी घेऊन येतो. त्या माणसाचे आभार मानण्याचे औचित्यही मुलगा, सून दाखवत नाही. या घटनेचा सखोल परिणाम सदाकाकाच्या मनावर होतो आणि ते पुढला कोठलाही प्रवास पूर्ण तिकीट भरूनच करण्याचा निर्णय घेतात. त्याच्या परिणामी त्यांना कुठेही बाहेर गावी पाठविणे आपोआपच बंद होते. दोन पैसे वाचविण्यासाठी वृद्धांना संकटात टाकणाऱ्या आजच्या पिढीला समज देणारी ही कथा वडोदे यांच्या लेखणीतून छानपैकी उतरली आहे.

नेहमीच्या ऑफिस कार्याच्या व्यग्रतेमुळे मनावरील तणाव कमी व्हावा,

म्हणून सीमाला काही दिवसांसाठी दूर कुठे तरी बाहेरगावी जावेसे वाटते. बापूसाहेब तिला पंढरपूर वगैरे सुचवितात. नोकरीत बंदिस्त असलेल्या जीवनातून, किंबहुना या कुंपणातून सीमाला काहीसा विसावा हवा असतो. निसर्गाच्या कुशीतला आनंद उपभोगावासा वाटतो. पाखरांसारखं निश्चिंतपणे बागडावंसं वाटतं. आयुष्यात चैतन्याचा खराखुरा रंग भरण्याचं कसब गर्द हिरवा रंग घेऊन येणाऱ्या निसर्गाशी समरस व्हावंसं वाटतं. जीवनाचे चुकलेले गणित पुसले गेल्याचा आनंद व पुन्हा आयुष्याची नवी ओवी लिहिण्याची संधी सीमाच्या चेहऱ्यावर झळकते. 'चुकलं गणितं' ही कथा भावनिकतेने व ललित्याने साकारली असून निसर्गाच्या मनोहरी दृश्यांचं शब्दांकन-कौशल्य असणारी ही कथा वेगळे रूप, वेगळा बाज घेऊन साकारली आहे.

प्रा. मधुकर वडोदे यांच्या 'हाफ तिकीट' या कथासंग्रहातील कथा सामान्य माणसाच्या जीवनाचा, त्यांच्या जीवनविषयक घडामोडींचा मोठ्या भावुकतेने आढावा घेणाऱ्या आहेत. साहित्याची तपश्चर्या सातत्याने करणारा हा लेखक आपल्या कथेत जीव ओतून टाकतो, म्हणूनच त्यांची कोठलीही कथा कंटाळवाणी होत नाही. ती अस्सल प्रगल्भता घेऊन येते अन् वाचकाच्या काळजात शिरते. त्यांच्या प्रत्येक कथेचं वेगळं विश्व आहे. वेगळी अभिव्यक्ती आहे. दारिद्र्य, उपासमारी, नापिकी, प्रेमभंग, दैवदुर्विलास अशा नानाविध समस्यांना पेलणारी, सुख-दुःखाचे अश्रू निमूटपणे पिणारी, ग्रामीण बोलीभाषेचं सौंदर्य घेऊन आलेली तसेच कथानकाच्या अंगाने वाचकांच्या काळजात पाझरणारी प्रा. वडोदे यांची कथा मानवी जीवनाचा तळ शोधण्यास सार्थ ठरणारी आहे. त्यांच्या पुढील साहित्यप्रवासास शुभेच्छा!

–सुरेश पाचकवडे

मनोगत

महाविद्यालयात असताना मी कविता करायला लागलो होतो. पुढे यामध्ये मी रममाण झालो. असं असलं तरी मी कथा, कादंबरी वाचन करीत होतो. अनेक नामवंत लेखकांच्या कथा वाचल्या, त्या समजावूनसुद्धा घेतल्या. कळत-नकळतपणे मला कथा लिहावीशी वाटली. सुरुवातीस चारशे-पाचशे शब्दापर्यंत जाऊन पोचलो. चांगली कथा लिहिता येईल असं वाटायला लागलं तेव्हा कुठं कथा प्रातांत पाऊल ठेवण्याची इच्छा झाली. परंतु घाई न करता कथा लिहिताना कोणती दक्षता घ्यावयाची त्याबद्दल सविस्तर मार्गदर्शन घेतले ते ज्येष्ठ साहित्यिक सदानंद सिनगारे यांना भेटून व त्यांनी सांगितलेले अनेक कथा व कथासंग्रह वाचून काढले व त्या कशा पद्धतीने मांडल्या या सर्व बाबींचा अभ्यास करून कथालेखनाकडे वळलो. मी लिहिलेल्या कथा योग्य की अयोग्य याबाबतची चाचणी मी सुरुवातीस वृत्तपत्रांच्या माध्यमातून केली. मित्र मंडळींस वाचावयास दिल्या. रविवारच्या विशेष पुरवणीकरिता कथा पाठविल्या असता त्या 'दै. देशोन्नती', 'दै. लोकशाही वार्ता' यांनी परत पाठविल्या नाही. उलट सातत्याने त्यांनी प्रकाशित केल्या. वृत्तपत्रातील कथा वाचून वाचकांचे चांगले अभिप्रायसुद्धा मिळाले. मित्र मंडळींनीही त्या योग्य असल्याचे सांगितले. हीच ऊर्जा घेऊन मी कथालेखन करीत राहिलो. पुढे दिवाळी अंकामध्येसुद्धा पाठविल्या. अनेक दिवाळी अंकामध्ये कथा प्रकाशित झाल्या. नंतर कथासंग्रह असल्यास पाठवा असे माझ्या मित्र वाचकाकडून फोनद्वारे कळविण्यात आले. म्हणूनच कथासंग्रह प्रकाशित करण्याचे ठरविले. अशा स्वरूपाची अनेक वळणं घेत-घेत 'हाफ तिकीट' हा माझा पहिलाच कथासंग्रह प्रकाशित करण्याच्या दृष्टीने तयार झाला.

कथा लिहायच्या म्हणून लिहिल्या नाही तर लिहिण्यामागचा मूळ हेतू असा की समाजामध्ये वावरताना मानवी मनातील चढ-उतार, व्यक्तिचित्रणांचा अवलंब करून कुटुंबासाठी, समाजहितासाठी जगणाऱ्यांच्या नशिबी आलेली कुचेष्टा सहन

करीत प्रसन्न दिसणारे चेहरे हे या परिस्थितीशी कसे एकरूप राहतात, हे दाखविण्याचा प्रयत्न केला. आयुष्यात निर्माण होणाऱ्या प्रश्नाकडे सोईनुसार दुर्लक्ष करीत योग्य मार्गाची निवड किती महत्त्वाची असू शकते, हाच नेमका धागा पकडून वास्तवतेला स्पर्श करण्याचा प्रयत्न कथेच्या माध्यमातून केलेला आहे. नोकरीच्या निमित्तानं 'बस' मध्ये प्रवास करताना दृष्टीस पडलेले ज्येष्ठ नागरिक सदा काका व सखूबाईचा प्रश्न 'हाफ तिकीट' या कथेच्या माध्यमातून मांडण्याचा प्रयत्न केलेला आहे. संग्रहातील कथांमध्ये शेतकऱ्यांच्या जीवनाविषयीचे प्रश्न आहेत. तो 'हतबल' झाला असल्याने आत्महत्या करीत आहे. त्याने हा मार्ग पत्करू नये यासाठी त्याला तातडीने मदत मिळणे गरजेचे आहे. त्याकरिता सध्याच्या नियमांना मानवी चेहरा देण्यासाठी सर्वांनी एकत्रित येऊन अनास्थेची कीड नष्ट करून त्याचे संकट आपले समजून दूर केल्यास कितीतरी कुटुंबं; जी आज रस्त्यावर आली आहेत ती रस्त्यावर येणार नाहीत. तसेच जिथे संस्काराची जडणघडण झाली त्या गावची, तिथल्या मातीची ओढ व आठवण येणं साहजिकच. याचाही प्रभाव माझ्या लेखणीवर झाला. म्हणूनच शेती-मातीशी जुळलेलं नातं कथासंग्रहातील शेतकरी 'सदा' असेल... मंदीच्या लाटेत सापडलेला हुशार मित्र 'सतीश' असेल... दुष्काळावर मात करणारा 'तुळशिराम' असेल... स्त्रीभ्रूण हत्येचा कत्तलखाना उघडकीस आणणारी आमची बहीण 'सावित्री' असेल... ह्या सर्व प्रश्नासोबतच गलेलठ्ठ पगार असूनही ग्रामीण विद्यार्थ्यांना उपाशी ठेवणारी 'शिक्षिका' असेल... अशा एक नव्हे अनेक गोष्टी नजरेस पडल्याने त्याही उजेडात येणे गरजेचे वाटले. ग्रामीण जीवनातील आचार विचार, जीवन जगण्याची पद्धती व त्यानिमित्त आंतरिक भावना व्यक्त झाल्या. मानवी वृत्ती कथेच्या माध्यमातून उजेडात आणण्याचा प्रयत्न केलेला आहे. कारण ज्या वृत्तीचा समाजमनावर विपरित परिणाम होतो, अशा गोष्टी थांबविणे गरजेचे आहे. हे थांबले तरच भयमुक्त समाज निर्माण होऊ शकेल... म्हणूनच 'शब्दगंध', साहित्य परिषद, महाराष्ट्र राज्य, अहमदनगर यांनी राज्यस्तरावर घेतलेल्या कथा स्पर्धेत प्रथम क्रमांक मिळविलेल्या 'आभाळाचे रंग गहिरे' या कथेमुळे चांगलीच लिहिण्याची ऊर्जा मिळाली. या कथांमधील अनेक बाबी अनुभवलेल्या असल्यानं त्या गोष्टी कथेच्या माध्यमातून मांडताना त्रास झाला नाही. म्हणूनच वाचकांना या कथा वाचताना वास्तवतेचा स्पर्श शेवटपर्यंत होत राहणार हे मात्र निश्चित...

राज्य शासनाचा उत्कृष्ट वाङ्मय पुरस्कार प्राप्त सुप्रसिद्ध साहित्यिक मा. सदानंद सिनगारे यांच्या सदिच्छा माझ्या पाठीशी असल्याने मी वास्तव विषय घेऊन कथा लिहू शकलो व कथेच्या नवख्या प्रांतात प्रवेश करू शकलो. वडिलांचे आशीर्वाद

यामुळेच हे कार्य यशस्वी पार पडले. त्यांचे ऋण व्यक्त न करता त्यांच्या ऋणातच राहू इच्छितो. कथालेखन प्रपंचात सौ. कविता, चि. कपिल आणि चि. स्वप्निल या सर्वांचं सहकार्य विसरणे शक्य नाही. मला कथा पुस्तकरूपाने प्रकाशित कराव्या वाटल्या. या माझ्या विचाराला मूर्तरूप देण्यास दिलीपराज प्रकाशनने तयारी दाखविली त्याबद्दल त्यांचेही मनापासून मी आभार व्यक्त करतो.

वैदर्भीय कथालेखक राज्यशासनाचा उत्कृष्ट वाङ्मय पुरस्कार प्राप्त साहित्यिक मा. सुरेश पाचकवडे यांनी माझ्या या कथासंग्रहास प्रस्तावना व लाखमोलाचा अभिप्राय दिला. याबद्दल मी त्यांचे आभार व्यक्त करतो.

या कथा संग्रहातील कथांचे वाचन करून त्या कथांमधील विचार व्यक्त होणारे बोलके मुखपृष्ठ प्रसिद्ध चित्रकार मा. श्री. संतोष धोंगडे यांनी दिले त्याबद्दल मी त्यांचेही आभार व्यक्त करतो.

तसेच कथासंग्रह पूर्ण करण्याच्या दृष्टीने प्रत्यक्ष व अप्रत्यक्षपणे ज्यांचे-ज्यांचे सहकार्य लाभले असे सर्व मित्र व माझ्या कथेवर मनापासून प्रेम करणाऱ्या माझ्या असंख्य साहित्यिक मित्रांचे सोबतच वाचकांचे सुद्धा आभार मानतो. वाचकांच्या हाती हा माझा पहिलाच कथासंग्रह देत असतांना मनस्वी आनंद होत आहे.

– मधुकर वडोदे
खामगाव

अनुक्रम

— कथेतील घटना, प्रसंग व पात्रे ही सर्व काल्पनिक वाटू नयेत इतक्या हुबेहूब गोष्टी आपल्या भोवताली घडत असतात, वावरत असतात. या कथालेखनाच्या बाबतीतही तसंच घडलं असण्याची शक्यत आहेच. वाचन करताना वाचकास तसं काही जाणवल्यास अर्थातच तो योगायोग समजावा.

१.

हाफ तिकीट...

आषाढ संपून श्रावण महिना सुरू झाला होता. कधी ऊन तर कधी पावसाचा रंग पहायला मिळत होता. खरं तर श्रावणात नभातला इंद्रधनू पाहत असताना सारी मरगळ तो जणू काही त्याच्या सोबतच नेत होता की काय, असं वाटायचं. सदा काकांचं वय झालं होतं तरीसुद्धा त्यांची आयुष्यभर मरमर करण्याची सवय काही जात नव्हती; त्यांचं काम करण्याची सवय काही शांतपणे जीवन जगू देत नव्हती. काही ना काही काम ते करीतच होते...

खरं तर ते श्रावणातल्या ऊन-पावसाचा खेळ खेळता-खेळता सत्तरीच्या आसपास पोचले होते. उभ्या आयुष्यात कष्टाचे व मेहनतीचे काम करून मुलांना शिकवून नोकरी लागेपर्यंत व मुला-मुलींचे लग्न समारंभ आटोपून आपला संसाराचा गाडा ते चालवीत होते. त्यांच्यावर असणारा ताणतणाव कमी करण्याच्या दृष्टीने त्यांची पत्नी सखूबाईंचासुद्धा मोलाचा वाटा होता.

कामाचा ताण कमी व्हावा याकरिता राळेगावला नोकरीस असलेल्या मुलाजवळ जाण्याचा हट्ट त्यांनी धरला. म्हणून सदाकाका व सखूबाई राळेगावला आले होते. कमीत-कमी आतातरी मुलाकडे आल्याने सदाकाका शांत बसतील असे सखूबाईला वाटत होते. पण इथंही ते काही ना काही काम करण्यात व्यस्त होते. आजही ते काही कामानिमित्त बाहेरगावी गेले होते. श्रावण महिना असल्यानं कधी पाऊस हजेरी लावेल, हे काही सांगता येत नसल्यानं थोडी काळजी वाटत होती. सदाकाकांना घरच्या कामानिमित्ताने बाहेरगावी पाठवले होते. सदाकाकांची तब्येतही फारशी चांगली नव्हती; परंतु ते नाही म्हणू शकत नव्हते. ऐन घरी परत येण्याची वेळ असताना अचानक आलेल्या हलक्या पण दमदार सरींचे आज आगमन झाले होते. बहुधा हा पाऊस सर्व भागात असल्याचे जाणवले तशी अनेकांनी खात्रीसुद्धा करून घेतली होती. म्हणूनच मी सहज सखूआजीला विचारले, "काय, आज पावसाची सर खूप

जोरात आली, नाही का?"

आजी स्वत:ला सावरत म्हणाली, "कोण मास्तरभाऊ का?"

"हो मीच!"

आजीच्या बोलण्यावरून स्पष्ट होत होतं की, माझ्याविषयी तिला सांगितलेलं असावं. तिनं हात पुढे करून मला खाटेवर बसण्यास सांगितलं.

आजीकडे बघून पुन्हा मी तोच प्रश्न केला. आजीला विचारले, "काय, आज पावसाची सर खूप जोरात आली, नाही का?" तेव्हा ती गालात हसून म्हणाली, "हो, मास्तरभाऊ! पण मला कळत नाही की, तुम्ही हा प्रश्न कशाकरिता विचारता?"

मी हसलो व म्हणालो की, "मला आजोबा दिसले नाही म्हणून..."

"एवढ्या अशा बिकट वेळेला आबाजी गेलेत तरी कुठं?" त्यावर आजीने लगेच उत्तर दिलं,

"एवढं वय झालं तरीसुद्धा ते अजून शांतपणे काही एका जागी बसून राहत नाहीत. काही ना काही काम ते करीतच असतात."

"इच्छा असो किंवा इच्छा नसो..." सूनबाईचे घरातीलच काहीतरी काम सांगितले असेल, त्या कामानिमित्त दुपारपासून ते बाहेरगावी गेले. मात्र, ते अजूनपर्यंत काही घरी पोहचले नाही."

"खरं सांगू मास्तरभाऊ,मलाही त्यांची थोडी काळजीच वाटते... कारण काल संध्याकाळपासून त्यांची तब्येत फारशी चांगली म्हणजे काम करण्याजोगी नव्हती, परंतु काही इलाज नाही एवढं मात्र खरं..."

वास्तविक पाहता मला या गोष्टीची जाणीव होती. तरीसुद्धा आजीसोबत काय बोलावं म्हणून मी सहज विचारत होतो. परत मी आजीला विचारलं, "आजी तू आजोबाला थोडा आराम करण्याचा सल्ला का नाही देत?"

तेव्हा मात्र आजीच्या चेहऱ्यावरचा भाव पाहण्यासारखा होता व तो मला समजलासुद्धा!

मी थोडं आजीबाईच्या जवळ गेलो तर आजीचा चेहरा उतरला होता. डोळ्याच्या कडा ओलसर वाटत होत्या. स्वर कुठेतरी दाटल्यासारखा जाणवत होता. कुठेतरी माणुसकीचं, आपुलकीचं, कळवळ्याचं नातं हरवल्यागत वाटलं. शेवटी मी मलाच मनातल्या मनात विचारलं, 'भारतीय संस्कृती लोप पावते की काय?, हे जग किती पैशामागे धावणार?' पैसा हे साध्य नसून साधन आहे, एवढी साधी गोष्टसुद्धा यांना समजत नाही... परंतु सद्य:स्थिती तर खूप कठीण असल्याचे जाणवले.

राळेगावच्या एस.टी.स्टँडवर खूप गर्दी होती. चांगल्या-चांगल्यानांच वर

चढताना जोर लावावा लागत होता. चढतांना म्हाताऱ्यांची फजिती पाहवत नव्हती. पण हे रोजचंच असल्याने संवेदनशीलता बोथट झाल्यासारखी जाणवत होती... कसेतरी लोट-पाट करीत सर्व बसमध्ये चढले होते... बसमध्ये गर्दी एवढी होती की, कंडक्टरला प्रवाशांच्या पायावर पाय देऊन पुढे सरकावे लागत होते. मग तो पाय म्हाताऱ्याचा की म्हातारीचा, लहान मुलीचा की मुलाचा, हे बघायची सवडही त्याच्याजवळ नव्हती. त्याचं हे रोजचंच होतं त्यामुळे कंडक्टरला त्याचं फारसं सोयरसुतक नव्हतं.

बस बुधवार पेठेत थांबली. त्या वेळेस फक्त पाऊस येण्याचा रंग दिसत होता. सदाकाकांना एस.टी. लांबूनच दिसली. बस मिळण्याकरिता झपाझप पावलं टाकत स्टँडवर जाण्याची घाई ते करत होते. त्यांना अंधार पडण्याच्या आत घरी पोचायचे होते. तसे ते सखूला सांगूनही आले होते. तोच त्यांना मध्ये पावसाने गाठले. जणू काही निसर्गही त्यांच्या विरुद्ध होता. पावसाची अचानक सर जोरदार असल्यानं रस्त्यावरची माणसं सारी ओली चिंब झाली होती. निवाऱ्यासाठी तेवढ्यात कुठंच जागा नसल्यानं कोरडं राहण्याचा प्रश्नच नव्हता. पावसाच्या सरीचा वेग सुरुवातीपेक्षा थोडा कमी झाला होता. तेवढ्यातच धावा-धाव सुरू झाली, एकाएकी गर्दी झाली.

सदाकाकाच्या त्या रेटारेटीत निभाव लागू शकला नाही. त्यांच्या हातपायामधले अवसान गळाले. एकाएकी सर्वांगावर घाम फुटून त्यांना भोवळ आली आणि ते धापकन् जमिनीवर कोसळले. गर्दीतली माणसं त्यांच्याकडे बघून एकमेकांना विचारू लागली. हा म्हातारा कोण? त्याच्या हातची काठी व सामानाची पिशवी बाजूला पडली होती. ओलं झाल्यामुळे थंडीनं म्हातारा कुडकुडत व घाबरल्यामुळे थरथर कापत होता. गर्दी मधला एक जण म्हणाला, 'अरे, त्यांना थोड बाजूला तर घ्या... त्यांच्या अंगावर शाल किंवा ब्लँकेट तरी टाका... तेवढ्यानं त्याची थंडी तरी कमी होईल...' गर्दीतील एकाने त्यांची काठी व अस्ताव्यस्त झालेले समान नीट पिशवीत भरून त्यांच्या बाजूला ठेवले. गर्दीतील एक जण थोड्या अंतरावर असलेल्या एका किराणा दुकानदाराकडून शाल मागून आणली व त्या म्हाताऱ्याच्या अंगावर टाकली. तेवढ्याने म्हाताऱ्याची थंडी कमी झाल्याने त्याने डोळे उघडले होते. तोच एक जण म्हणाला, "आजोबा आपण कुठं राहता...? आपणास कुठं जायचं आहे?"

त्यांनी फक्त थोडी मान वर करून पाहिलं... कारण ते काहीही बोलायच्या मन:स्थितीत नव्हते...

त्यांच्याकडे पाहून जाणवत होतं; ते म्हणजे थंडीमुळे त्यांच्या तोंडून शब्द निघत नव्हते...

तोच दुसरा एक जण म्हणाला, "अरे काय तू फक्त प्रश्नच विचारतो. त्यांना

काही चहा कॉफी घेऊन तर ये, म्हणजे ते आजोबा बोलू तरी शकतील. तिथल्या सर्वांनीच या गोष्टीला दुजोरा दिला. तो धावत चहा टपरीकडे गेला. टपरीवरून चहा घेऊन आला.

"शांत व्हा! आता काही घाबरण्यासारखं राहिलं नाही." प्रत्येकच आस्थेनं विचारपूस करीत होता. त्यांची ती स्थिती पाहून वय लक्षात घेऊन प्रत्येकालाच त्यांची दया येत होती.

गर्दीतून थोडं पुढं येऊन म्हाताऱ्याच्या हातात चहाचा ग्लास अर्धा व त्याच्या हातात अर्धा ग्लास पकडून ठेवला होता. तो एवढ्याचकरिता की, न जाणे हातचा ग्लास पडू नये. थंडी वाजणे कमी जरी झाली होती. "आजोबा, हळूहळू प्या!"

सदाकाकांनी चहा घेतला व सर्वांकडे पाहत हात जोडून नमस्कार केला.

एवढी सर्व गर्दी पाहून त्या मोहल्ल्यातील विश्वासराव तेथे पोचले व झाली ती घटना जाणून घेतली. ते पुढं आले, सर्व परिस्थिती पाहता जमलेल्या सर्व लोकांनी केलेल्या सहकार्याबद्दल धन्यवाद देऊन गर्दी कमी करण्याचे हात जोडून आवाहन केले. जमलेला घोळका आता हळूहळू कमी होत चालला होता. तोच विश्वासराव म्हणाले, "आजोबा, थोडा आराम करा. मग तुम्हाला जिथं जायचं असेल तिथंपर्यंत वाटल्यास मी सोबतीला येईन... काहीही विचार करू नका. तुम्हाला घरापर्यंत पोचवण्याची जबाबदारी माझ्याकडे... असे समजा... चला गर्दी कमी करा..."

चालता चालता एक जण म्हणाला, 'अरे, म्हातारा तर चांगल्या घरचा दिसतो...!' 'चांगल्या घरचा असला तरी त्याच्यावर ही वेळ का आली असेल?' ह्याचा तू थोडा विचार करा. दुसऱ्यानं मुद्दा मांडला... असं म्हणत सर्व जण निघून गेले. विश्वासराव मात्र त्यांच्यापुढं बसून आजोबांच्या प्रत्येक हालचालींकडे बारीक लक्ष देत होते. विश्वासराव बोलले, "आजोबा, आणखी चहा बिस्किट बोलवू का?"; "नाही, आपण माझ्यासाठी खूप केलं." भरल्या आवाजात सदाकाका बोलत होते. परत विश्वासराव म्हणाले, "आजोबा, काही विचार करू नका, तुम्हाला बरे वाटत नसेल तर मी तुमच्या घरापर्यंत पोचवून देतो." हे सर्व ऐकून सदाकाकांच मन भरून आलं होतं. खरंच त्यांचं हे वय काम करण्याचं नसून एका ठिकाणी बसून आरामाचं असतानाही त्यांना बाहेरगावी कामानिमित्त यावं लागत होतं हेही तेवढंच खरं. या सर्व घटनेने सदाकाका सैरभैर झाले होते. कारण त्यांना दिसत होता फक्त एकच चेहरा व तो म्हणजे पत्नीचा अर्थात, सखूबाईचा! त्यांना असं वाटत होतं की, आपलं जर काही बरे-वाईट झालं तर तिच्याकडे कोण लक्ष देईल? या विचारानं ते चांगलेच काळजीत पडले होते.

"विचित्र जागी दुखणं अन् जावई डॉक्टर!"

त्यांच्या डोळ्यासमोर सखूबाईचा चेहरा दिसत असल्यानं... सदाकाकांची उभं राहण्याची धडपड पाहून विश्वासराव म्हणाले-

"आजोबा, आता बरं वाटतंय ना?"

"हो, आता निघायला हवं!"

"कुठं जाणार?"

सदाकाका म्हणाले, "राळेगावच्या एम.एस.ई.बी. कॉलनीत."

"कोण आहे तिथं?" विश्वासरावांनी मोठ्या आस्थेने विचारलं.

"माझा मुलगा!"

"एकटाच?" विश्वासराव म्हणाले.

"नाही, सूनबाई, नातू व पत्नी..."

"मग इकडं कसे आले होते?" विश्वासरावांनी विचारले.

काय सांगावं की, सांगू नये असं झालं... "याला माझं नशीब म्हणावं की काय? अरे ज्यांच्यासाठी मी सर्वस्व गमावलं, त्यांना कुठंही काडीचाही त्रास होऊ दिला नाही त्या मुलाला काय सांगावं. दोघंही म्हातारपणात असल्यानं पहिल्यासारखं कामही करू शकत नाही. एवढं सोसलं मुलाच्या सुखासाठी. दोघांनीही सारं आयुष्य कामी लावलं. अशा या उसवलेल्या आयुष्यास सुनेचं तर सोडा पण मुलाचाही आधार नसावा! काय म्हणावं याला... खरं तर सरकारी योजनाच याला कारणीभूत ठरली?" तोच विश्वासरावांनी विचारलं, "ते कसं काय?" बोलतांना आजोबाच्या डोळ्यातून कळत न कळतपणे आसवे आली होती. एखाद्या युद्धात हरलेल्या योद्धासारखा तो पूर्णपणे खचल्यासारखा वाटत होता.

तेच आजोबाच्या तोंडून शब्द निघाले, "हाफ तिकीट!'

सरकारी योजनेनुसार पासष्ट पूर्ण किंवा त्यापेक्षा जास्त वयाच्या ज्येष्ठ नागरिकांना एस.टी. बसमध्ये पन्नास टक्केच तिकीट रक्कम लागत असल्याने मुलगा, सून काही ना काही बाहेरचे काम सांगतच असतो. काम करण्याची इच्छा असो अगर नसो उठत बसत ही सर्व कामे करावीच लागतात. त्यांना ठाऊकही आहे की, यांना चढ-उतार करतांना खूप त्रास होतो. तरीसुद्धा वारंवार काम सांगतच सुटतात... असं वाटायला लागते की, "ही सरकारी योजनाच कशाला आली असेल?" हे वय खरं तर आराम करण्याचं. पण, या वयातही मुलगा-सून काही आराम करू देत नाही. पत्नी काही म्हणू शकत नाही. कारण ती परावलंबी हे एक कारण! केवळ पैसे वाचवावे एवढाच उद्देश. परंतु ह्यांना हे कळत नाही की, पैशापेक्षा माय-बापाचं मोल जास्त आहे. परंतु ते दोन पैसे वाचविण्यासाठी असे वागतात की,

जणू यांना काही सोयरसुतकच नाही!... मरे न् साला रस्त्यातच. यांना काय देणं घेणं! म्हणूच की काय साऱ्या एस.टी.त् तरुण पोरांपेक्षा म्हातारेच जास्त दिसतात! जवळपास साऱ्यांचं हेच रडगाणं आहे. याला एखादा अपवादही असेल? पण काय करणार सर्व रस्ते बंद झाल्याने हतबल झालेलं शरीर कोठपर्यंत साथ देणार?

"खायला काळ अन् भुईला भार" हे सारं रोजच ऐकावं लागतं, उपाय नाही...

तोच विश्वासराव म्हणाले, "हे सर्व सोडा आजोबा...तुम्हाला उशीर खूप झाला. तुमची घरी वाट पाहत असतील सर्व... चला मी तुम्हाला माझ्या गाडीने घरापर्यंत पोचवून देतो...

तिकडे सखूबाई घरातून-दारात, अन् दारातून-घरात करीत होत्या. काम संपता बरोबर घरी येणारे पती आज का परतले नाही? आज नेमका पाऊसही जोरदार येऊन गेला. त्यामुळे नाही त्या गोष्टी मनामध्ये येत असल्यानं तिच्या काळजाला पीळ पडत होता. मुलगा-सून मात्र शांतपणे टी.व्ही.वरील सिरियल पाहत होते. जसे काही घडलेच नाही.

तोच, घरापुढे एकदम गाडी थांबली. गाडीचे दार उघडून सदाकाका बाहेर आले. त्यांना पाहताच सखूबाईला आभाळ ठेंगणं झाल्यासारखं झालं. त्यांच्या पाठोपाठ विश्वासरावसुद्धा उतरले. त्यांनी मुलाची भेट घेऊन झाला प्रकार सांगितला. परंतु मुलावर या घटनेचा पाहिजे तेवढा काही असर झालेला तर दिसलाच नाही. उलट विश्वासरावांनी बाहरे गावावरून स्वत:च्या गाडीनं आणलं व घरापर्यंत पोचूनसुद्धा दिलं असून त्यांचे साधे आभारही मानले नाही. केवढी ही कृतघ्नता!

सदाकाका व सखूबाईच्या ही बाब लक्षात आली. तेव्हा सखूबाईनं निर्णय घेतला. इथं राहण्यापेक्षा खेड्यावर राह्यचं हे ठरवून टाकलं. व यापुढे प्रवासात एस.टी.च तिकीट फाडायचं तर फुल, हाफ तिकीट नाही असा संकल्पच सखुबाई व सदाकाकांनी घेतला.

लगेच दुसऱ्या दिवशीच मुलाचं घर त्यांनी सोडलं. एस.टी.स्टँडवर येऊन भोनगावच्या एस.टी.त चढले. कंडक्टर जवळ आला. त्यानं कुठं जायचं विचारलं, तोच सखूबाई म्हणाली भोनगावची दोन फुल तिकिटे द्या. तोच कंडक्टर म्हणाला, "कार्ड घरी विसरल्या वाटतं आजीबाई!" तेव्हा सखूबाईने ठणकावून सांगितलं "कार्ड आमच्या जवळच आहे. पण आम्ही यापुढे अर्धेऐवजी पूर्णच तिकीट काढून प्रवास करण्याचे ठरविले आहे. हाफ तिकिटानं किती त्रास सोसावा लागतो, हे आमचं आम्हालाच माहीत!"

***

२.
निर्धार

बुलढाणा जिल्ह्यातील चांदूर तालुक्यातील चिखलठाणा येथील खुशालराव पाटील हे सर्वांत श्रीमंत म्हणून गणले जात होते. खुशालराव पाटलांना एकच मुलगा महादेव नावाचा. एक असल्याने मुलाचे लाड खूप पुरविले जायचे. या गावात सर्व जाती धर्माचे लोक आनंदाने राहत होते. या गावचं वैशिष्ट्य असं की, या गावात जरी संख्येने कमी असलेला मुस्लिम समाज परंतु या समाजालासुद्धा महत्त्वाचे स्थान होते.

या गावच्या सरपंचपदी निजामुद्दीन काजी हे होते. चिखलठाण्यापासून आदिवासी समाजाची वस्ती असलेला हा भाग. आदिवासी भागाकडे शासनाचेही दुर्लक्ष झाल्यामुळे या गावात शाळा असूनही शिक्षकांची संख्या मात्र अपूर्ण असल्याने आदिवासी समाज अपेक्षेप्रमाणे शिक्षित झाला नाही. आदिवासीबहुल असा हा अशिक्षित असलेला भाग चांदूर तालुक्याला लागूनच होता. तो भाग म्हणजेच वसाली, निमखेडी, लाडनापूर, चिंचारी व झरी. तसेच या जिल्ह्याचे जनगणनेत पुरुषांपेक्षा स्त्रियांचे प्रमाण हे दर हजार पुरुषांच्यामागे स्त्रियांची संख्या आठशे बेचाळीसवर आली होती. देशात या जिल्ह्याचा क्रमांक तिसरा असल्याने दररोज कोणत्या ना कोणत्या वर्तमानपत्रामध्ये नाव वाचायला मिळायचे. मुलींची संख्या वाढविण्याच्या दृष्टीने शासनस्तरावर योजना आखल्या जात होत्या.

या सर्व भागाची माहिती सावित्रीस झाली होती. घरी आलेले वर्तमानपत्र ती वाचत होती. कारण ती शिक्षित होती. सावित्रीचे लग्न होऊन सहा वर्षांचा काळ लोटला होता. परंतु या परिसराचं आजचं चित्र पाहताना हताश झालेल्या सावित्रीच्या ओथंबलेल्या आसवामध्ये गावातील सर्व जाती धर्माबद्दलचा रोश चांगलाच जाणवत होता. कारण प्रत्येक जातीमधल्या स्त्रियांची कुचंबणा काही वेगळी नव्हती. जवळपास सारखीच होती. फक्त त्रास देण्याची पद्धत मात्र वेगळी!

सद्‌विचाराने न्हाऊन निघालेल्या मातृशक्तीचा हाच काय इतिहास? मातृत्वाचा

गौरव हीच काय ती आपली संस्कृती? हेच काय ते जिजाऊचं माहेर!! इथं अराजक प्रवृत्तीत एवढी वाढ झालीच कशी? प्रत्येक धर्माची नेमकी संकल्पना आहे तरी काय? यालाच मानवता धर्म म्हणावे तरी काय? आज एकविसाव्या शतकाच्या उंबरठ्यावर पाय ठेवल्यानंतरही स्त्रीबद्दलचा एवढा तिरस्कार का? असे एक अन् अनेक विचार तिच्या मनामध्ये येत होते. अलगदपणे तिच्या डोळ्यातील एक एक थेंब गालावर एक एक विचार नोंदवत होता. मानवी जीवनात स्त्रियांबद्दलचे सत्य तिला जाणून घ्यावचे होते. कारण दर वर्षाला एक कळी खुडल्याचं दु:ख तीसुद्धा स्वत: भोगत होती. तिच्यासोबतच लग्न झालेल्या इतर जाती धर्मातील मुली गावातील पाणवठ्यावर पाणी भरण्याकरिता एकत्र आल्या की, एकमेकीची विचारपूस करीत होत्या. त्यामुळे प्रत्येकीचं दु:ख एकच होतं; ते म्हणजे पोरगी असली की तिला मारण्याचं काम बिलठाण्याच्या दवाखान्यात होत असल्याचं बोलल्या जात होतं. सांगताना गळा दाटून यायचा. परंतु आवाज उठविण्याची ताकद मात्र कुणातच नव्हती.

हे सर्व ऐकून साहजिकच तिच्या मनात विचार आला की, आई, बहीण, पत्नी, मुलीच्या रुपातलं असं हे हळवं नातं संपविण्यासाठी डॉक्टरांच्या सोबतीला बाजारात आज सोनोग्राफी सारखं यंत्र आल्यामुळे विनाशाकडे तर आपण जात नाही? या यंत्राचा काही प्रमाणात फायदाही झाला असेल, परंतु फायदा करून घेण्यापेक्षाही यंत्राचा डॉक्टरांनी मात्र पैशाच्या हव्यासापोटी स्त्री-भ्रूण हत्येचा खुलेआम जणू कत्तलखान्याचा परवानाच मिळविला. त्या यंत्रापर्यंत पोचण्याचा खर्चही वाढला. त्या खर्चासाठी जो-तो आपआपल्या परीने घरातील सामान विकटिक करून पैशाची जुळवाजुळव करीत असताना दमछाकसुद्धा होत होती. परंतु हे हळवं नातं संपविण्यासाठी प्रत्येकचजण पुढे येत होता. त्यामुळे सावित्रीनं मनाशीच एक निर्धार केला की मी एकदातरी हा डॉक्टर अन् ही मशिन पकडून देईनच! घरात सर्व काही सुख असताना गाव ओस पडते की काय? ही भीती तिला वाटत होती...

"ज्याच्या पोटी पाप म्हणे तो मुलीचा बाप!" असा इचार करणऱ्यांले काय म्हणावं... सुनेवरचा अत्याचार खुशालरावांना माहीत पडला होता. त्यामुळे खुशालरावांचं खानं एकासांजीवर आलं होतं. परंतु हे का आलं हे बायजाबाईला ठाऊकच नव्हतं. उलट बायजाबाई नेहमी नाराज व्हायची ती खुशालरावांच्या अशा ह्या वागण्यानं. वास्तविक पाहता तिला ह्या संदर्भातील काहीच माहिती नव्हती...

देवाचाच कोप म्हणून आपल्या घरात पाळणा हालत नसल्याचं तिले मनोमन वाटत होते. कारण बायजाबाई काही शिकेल सवरेल नोती. सावित्रीची नाराजी ही घरच्याईलेही खटकत व्होती. पण तिले काही कोनी इचारत नोते. त्याच कारणबी

तसच व्हतं. तिचा नवरा महादेव अंगावरच येत व्होता. त्याच्या या स्वभावानं कोनाचीच पुढचं इचारण्याची हिंमतच व्होत नोती.

एक दिस बायजाबाई शांतपणे खाटीवर पळ्ल्ली असता...

मोतीराम भौ म्हणले- 'काय चाल्लं वैनी...'

बायजाबाई म्हणल्या, 'काय नाई... आंग टाकलं अथी...'

थोडं थांबून्सन्या, बायजाबाईनं इचारलं-

'पण कायसाठी इचारता?'

मोतीराम भौ म्हणले- 'तेबी सांगतो...हाय एक काम'

बायजाबाई म्हणल्या- 'मंग इचारा'

मोतीराम भौ म्हणले- 'नाई म्या म्हणलं की मायद्याचं लगन हून पाच-सहा वरसं पण लेकरु काही झालं नायी. अन् आता लग्न झाल्यापसून कितीकडाव बिलठाण्याले डाक्टरले भेटयाले जाते पण, कावून नाराज रायते?'

बायजाबाई म्हणाल्या- 'तेचं असं हाय की, मले असं वाटते, तेच्यावर देवा-बिवाचा त् कोप झाला नसीन? तेच्याच्यानं नाराज असीन, असं मले वाटून रायलं...?'

तेच मोतीराम भौ बोल्ले... 'असं मले त् कायी वाटत नाही... कायी तरी दूसरचं कारण-बीरन असलं पायजे...'

बायजाबाई म्हणल्या... "दुसरं कारण म्हंजे...? मा चुकलसीनं त् सांगा मले समजून..."

"नाई वैनी... तुमचचं बराबर हाये..."

"तसं पायल त् तुमचचं कस चूकलं म्हना... पण एक सांगू काय वैनी... जावूदे तूमाले सांगून कायी एक फायदा नायी..."

तेच बायजाबाई म्हणली... "तुमचं त् आयकून मले धक्काच बस्ला बापा... आस कावून बोल्ता तुमी..."

"तुमाले समजत कसं नाई..."

"भौ, आजच्या घळीला जरी सम्द चांगलं दिसत असलं तरी कोन्ता दिस कसा दिसलं हे काई सांग्ता येत नाई... अस मालं मत आहे... मायद्याच्या बुढ्याचंही खानं एकासांजीवर आलं...

"नक्की काय झालसीन त्याईले कोणजाने?

"तुमालेबी ठावून हाय, तुमच्या भौचा सोभाव? कायी झालं त् ते सांगते थोळचं..."

वहिनीच्या बोलण्याकडे दुर्लक्ष करून मोतीरामभाऊने होती ती गोष्ट हुशारीने मोडून टाकली.

बायजाबाई शेतातलं काम करून-करून पार थकून गेली होती. त्यातल्यात्यात तिला आज तापही आला होता. कायी खायाला दिलं की खातच नव्हती. म्हणायची... अन्नाचा वासच येते असीच म्हणायची...

खुशालराव दुसऱ्या दिवशी महादेवला दवाखान्यात घेऊन जाण्यास सांगलं त् सफसेल त्यानं नायी म्हणलं...

"काय कामाचा हा पोट्टा?" -खुशालरावांना बेजाच राग आला होता. पण त्याचा काही फायदा झाला नाही. शेवटी त्यांनी लगेच लायना भौ मोतीरामले आवाज देल्ला व बायजाले डाक्टरले दाखनू आण्याचं सांगलं... मोतीरामने मान हलवून हो म्हटलं.

दुसऱ्या दिवशी बायजाबाईले डाक्टरले दाखोयाले नेलं. त् कवय झाल्याचं डाक्टरनं सांगलं व्हतं... कवय काही कमी होत नोता. उलट दर दिसाले तब्येत बयकेल वाटत व्हती. झाडपाल्याचं औषध पायजे तस काही मानलं नव्हतं. तरीही सावित्र नेमानं सासूचं औषध पाणी करत व्हती. स्वत:चा पोरगा मायद्या तब्बेतीचं उसाकबी इचारालेही तयार नोता. त्याच्यानं खुशालराव पोरावर खूपच नाराज व्होते. त्यांइले पोरापेक्षा सुनेचाचं स्वभाव पटला व्होता. त्याइंच्या लक्षात आलं होतं की, पोरापेक्षा ही पोरगीच बरी असल्याचं मत झालं. पण हा मायद्या लेकाचा आता नात हू नायी दिवून रायला... हे बायजीले सांगा त् कसं सांगा... सांगलं त् हिची तब्बेत जादाच ना बय्को... असं खुशालरावांना वाटत होतं. त्यातल्या त्यात लायन्या भौच्या लग्नाचाही मोठा घोर... लायना भौ बराच धोळ झाला व्हता त्याले संबंधच येत नोता. तो एक एगळाच तान व्हता... सकाय पावन्याईचा करार व्होता... येतात की नायी येत... याबाबतची शंका त्याईच्या मनात व्होती... तरी ते...

आज पायटेपासून धामधूम सुरू व्होती कारण सावरगावचे पावने... खुशालराव पाटलाचे घरी येणार व्होते. पाटलाच्या घरचे पावने साधेसुधे थोळेच असतीनं...!

मोतीराम पाटील तसे पयले त् खुशालराव पेक्षा फकस्त चार वर्षानं लायने. आता लोक त्याईच लगनच काय पण पोरसोरं हून मोकळे असते. ते लगन कऱ्यालेत् एका पायावर तयार व्होते. पण

पोरीचं कमी असल्यानं त्याइचं लगन रायलं व्हतं... ही गोट मातर खरी व्हती.

खुशालराव बयराम पाटलाकडे गेले व्होते. घरी हाय की नायही पाहयाले.

कारण बयराम पाटील हे खुशालराव पाटलाचे चुलत भौ. त्याईचा सोभाव निराळाच...

गडयाले दारु अन् तमाशाचा भारी शौक...!

त्यातल्या त्यात लोकाईच्या मजाका कऱ्याले त् भारी वस्ताद होता...!!

या कारणानं गावातले लोकं थोडं बयराम पाटलाले दचकूनच व्हते.

बयराम पाटील तमाशात बसले की, मंग त् कोनालेच आटपतच नोते... पारध्याच्या घरची दारू व तमाशातली पारू साठीत् सारा जमीन-जुमला गमून बसला होता. तरीबी त्याची कायी रग गेली नोती इक दिसाचा भारीच किस्सा...

मारोतीच्या पारावर रामभौ, तिरमख, गुलब्या, सम्या, नाऱ्या, अर्धी हिंदी अन् अर्ध्या मराठीत बोलत व्होते. त्यातले त् कायी तर ऽऽ... अन् कायी भट्टीतली ताजी झोकून येल होते. त्याईच्या गप्पाईचं त् उधानचं सुटलं होतं.

'त्यात बयराम पाटील तथी गेले मंग त् सोळूनच द्या.'

'त्यात नाऱ्या बयराम पाटलाले इचारे. पाटील इक इचारू काय? असं दोन चारदा म्हनलं तसचं पाटील बोल्ले...'

'नाऱ्या कायभी इचाऱ्याचं त् इचार नायी त् लोक इक दिन ठून...'

'तसं नायी पाटील अगुदर इचाऱ्याले पायजे... बरं... इचार मंग... पाटील बऱ्याच दिसापासूनचा खोकला बसून नायी रायला!'

'तोच गुलब्या मंदात भादरला... अबे लेका पाटलाले तू काय डाक्टर समजला...?

'तेच बयराम पाटील बोल्ले, तू कायले मंदात बोल्ला गुलब्या...? याच्या मव्हरं जर का बोल्लानं त् खांड-खांड करून टाकीन... बदमासा...'

समदयाईच्या ध्यानात आलं की पाटलेलं चळ्ळी. मंग समदे कसे चोट्टे पकळून आनल्यावानी बसले..

'गुलब्याले त्याचं मन मंग खाल्या-खाल्यासारखं वाटत होतं. मनासीच बोलत व्होता इनाकारनच मंदात भादरलो...'

बयराम पाटलानं बोलनं सुरू केलं. 'नाऱ्या तुनं इचारेल परसनाचं उत्तर दिवू...?'

'हाव पाटील... मालं असं मत की तुया खोकल्यावर हाय इक जालीम उपाय...'

'तो कोन्ता पाटील'...?

'नाऱ्या तू लेका आमच्या मजाकचं करत... दारु प्यायचं सोंग करतं... तू लेका थोडीसीक... तू घे. पाय मंग तुवा खोकला जाते की नायी...'

डबलनं मंदातच गुलब्या अदीक भादरला... भादऱ्याची सवय थोडीच इतक्या लवकर जाते...

इचारते कसा... 'बयराम भौ याले काय सबूत?'

'अबे गुलब्यालेका आताच बिना पाण्याची केल्यावरबी भादरलाच! मंग तू भी आइक... माया घरी किती जमीन जुमला होता? कायी तिन एकशे एक्कर जमीन जुमला होता... हे खरं हाय. बराबर... पाटील बोल्ले... गुलब्या आता तूच सांग 'आता मायाकळे किती जमीन जुमला शिल्लक रायला'...? गुलब्याचं काय, तर... पारावरचे समदेच जोरजोरानं हास्याले लागले...

समदयईचं हासनं झाल्यावर पाटील बोल्ले झालं हासनं!... खिदळनं! मंग घ्या मुकट्यानं ऐकून सारेच 'लेकहो...!'

'दारूनं मायी तिनसे एक्कर जमीन जुमला खलास केला त्याच्या म्होरं नाऱ्याचा खोकला केवळासाखं? मंग त् सारेचे-सारेच पोट धरून-धरून हास्याल लागले... हासता हासता रामभौची नजर रस्त्याकळे गेली. खुशालराव त्यांच्याकडे येत असल्याच समजलं. सारे चुपचाप बसले होते. खुशालराव जवळ येताच बयरामले आवाज देल्ला. 'ओ ऽऽऽ बयराम...'

बयराम ताळकनं उठून खुशालराव पाटला कळे गेला. काय काम हाय...? कायी नायी आज मोतीरामले पायाले सावरगावचे पावने इऊन रायले. तोच बयराम पाटील बोल्ले...

बरी भेटली पोरगी! पाटील... ''पोरगी कायी असो की भोरी, पसंतच करा, कायी अळचन आल्यास पोरीवाल्याले हुंडाबी कबूल करा. एकदाची चकनीच काय त् फुटकीबी चालीन बरं...'

पाटील म्हणलो- 'अरे मलेही समजते सारं...' परत पाटील म्हन्ले- 'नाऱ्या एक काम कर, ते म्हंजे या समद्याइले... वाळ्यावर धीवून ये...'

'बरं पाटील...'

मंग समदेच वाळ्यावर मांगमांग गेले. इकडच्या तिकडच्या गप्पा करत नायी तोच पावने आले. पावने आले करत पिंट्या पयतच आला. सगळे बैखठ पुळं उभं रायले. समोर पावने आल्या आल्या दोन्ही हात जोळून राम राम केला...

'पिंट्या उभा काय रायला लेका हात पाय धूयाले पाणी तू दे'... रामभौ बोल्ले.

लगेच पिंट्यानं एका-एका पावन्याच्या हातात पाण्यानं भरलेला गिलास देत काम पूर केलं. रामभौन दूपटं हात-पाय पुस्याले देल्लं. पावने बैखठीत बसता बरोबर

नाऱ्यानं पंखा चालू केला. तिरमखनं सयपाक घरात जाऊन पटापट पोह्यांच्या पिलेटा अगुदरच भरून ठेवल्या होत्या. जसा बयराम पाटलानं आवाज देल्ला तस्याच सम्याले पिलेटा न्यायले लावल्या. त्या पावन्याईच्या हातात ठेवत नायी त् दराक्से अन् पोपईच्या फोळी भरेल पिलेटा मांग मांगच घेऊन गेला...

फराय पानी झाल्यावर 'च्या' वाल्याले च्या, काफी वाल्याने काफी, अन् ज्याले दोन्ही चालत नायी त्यांईच्यासाठी निंबू सरबताचीही यवस्था करून ठेवल्यानं कोनाचीच फटफजिती झाली नायी. पावने... अन् त्यातल्या त्यात पोरगा म्हना की पोरगी पायाले गेले की मुद्दामहून हे खात नायी ते पेत नायी म्हण्नारे सापडतातचं ! भलाही घरी एकापरीस कुत्र हुंगत नायी त्यांइले पण अशा ठिकानी होबासकी केल्याबिना जस याइले करमतच नायी! शेवटी त् काय म्हणे 'अतिथी देव भव:' हे जरी घटकाभर बराबर म्हणलं त् कोण्ता देव फजिती करते...! की मुद्दामहून अळून पायते! कायचे देव?... अशा घोपाटन्या पावन्यापेक्षा बेवळे पुरले. ...कमसेकम् ते ऐकून तरी घेते. नायी ऐकलं तू लोटून देता येते. असे पावने म्हणजे 'अवघड जागी दुखनं अन् जावई डाक्टर...' अशा तिरमख अन रामभौच्या एका कोपऱ्यात उभं राहून गप्पा चालू होत्या. 'च्या', फराळ, आटपला. तरीही खुशालराव पाटलानं एक येळ पुसलं. कोनी नायी रायलंन... 'च्या-काफी, सरबत घ्याचं?'

तोच कोपऱ्यातून आवाज आला 'पाऽऽ.टील. अंबादसले दुध पायजे...'

'आर मंग सांगता कदी...? बरं... 'अरे तिरमख लवकर इक कपभर दूध घियून ये.'

'बरं... बरबर पाटील. रामभौन लगेच चुली जोयच्या भगुण्यातलं गरम दुध घेतलं. अन् साखऱ्या घातला अन् तिरमख जोख देल्लं... तिरमखनं अंबादास भौच्या हाती दुधाची बसी ठेवली.

खुशालराव पाटील बोल्ले... बर झालं इचारलं नायीत् अंबादासभौ तसेच रायले असते...

मंग सोयरीकच्या गोष्टी सुरू झाल्या. लगेच खुशालराव पाटलांनी बयरामकळे पायलं व मोतीरामाला बैखठीत यायचा इशारा केला. बयराम पाटलानं घरात जाऊन मोतीरामला बलावून घेतलं. बैखठीत मोतीराम आल्या-आल्या सरवाइ राम राम केला व पावन्यांईच्या मंदात बसला. सगळे इकमेकांईच्या तोंडाकळं पायत कोन परसन इचारते याची वाट पायतच ईचारा... ईचारा कोनतरी ईचारा. असं म्हणताच मंग दत्तू बुढाच बोल्ला... 'काय नाव हाय रे बाबू...'

"मोतीराम..."

लगेच दुसरा पावना बोल्ला... "मामाचं नाव काय?"

"जानवराव सुखदेव पाटील..."

"कोन्त्या गावचे?"

"अकोटचे..."

"काय काम करतात?"

"शेतीच करतात..."

"किती हाय शेती?

"दिळसे इक्कर..."

तोच मंदातच पोरीचा काका वसंता पाटील बोल्ला...

"पोरगी काय आपल्याले मामाले द्यावा लागते?' मामाचीच सारी एवढी चौकरी करून रायंले... नावा गावालोक बराबर हाय, लयच झाली तुमची...."

तोच बैखठीत एकदम हशा पिकला... बरं जौ द्या. त्यातल्या एका पावन्यानं इचारलं "पाटीलबुआ किती हाय जमीन जुमला "दोनशे इक्कर"... अन् भौ.... आमी दोघं"...

तोच तुकारामभौनं इचारलं... "इतकं सगळं बराबर असल्यावरही लगन काऊन उशिरा?"

"त्याचं अस हाय भौ... पोरीचं कमी असल्यानं काम लटकलं" ...तोच बैखठीत अदीक एकडाव हशा पिकला... मोतीराम पाटलाले थोडं चुकल्या-चुकल्या सारखच वाटलं... पण करीन काय? पण मन पक्क करून तोंडालं वाक्य पुरं केलं पठ्यानं...

मंग इकळच्या तिकळच्या गप्पाइले ऊत यायच्या अगूदरच पोरीचा काका अन् वसंता पाटील उभं रायले तोच खुशालराव पाटील बोल्ले ...काय झालं पाटील? कायी नाई... थोडं बाहीर जायाचं होतं... अरे बयराम या पावन्याईले पांडीत घेऊन जाय बरं... अन् तू लवकर घरी ये... बरं...

पांडीत सारे पावने जमा झाले अन् मंग साऱ्या सोयरीकच्या गप्पा-टप्पा झाल्या... पोरगी दयाले परवळीन की नाई? पोरगी उंद्री हाय त् काय झालं ती सोन्या सारखीच हाय आजच्या घळीला.

सरते शेवटी जो इचार कऱ्याचा होता तो केला व पोरगी एकदाची द्यायचीच असं ठरवूनच टाकलं... अट एकच सांगा की पोरीच्या बापाले हुंडा त् दयावाच लागीन. त्या बरोबर लग्नाचा सारा खर्च-पाणी दागीण्या, कपड्यालत्त्यासह करा लागीन! हे ठरवूनच घ्या... व पोरीलेबी तरास झाला नायी पाहयजे हेही सारचं बोलून

घ्या...

इकडे खुशालराव पाटील, बयराम पाटील, तिरमखं, रामभाऊ, नाऱ्या, गुलब्या सारेच मोतीराम पाटलाची मजाक घेत होते. मोठमोठ्यानं हासन-खिदळनं चालू होतं तोच नाऱ्याचं ध्यान घराबाहेर गेलं त् त्याले पांडीतून पावने येताना दिसले.

तोच नाऱ्या पाटलालं बोल्ला... 'पाटीलऽ, पावने आले...'

सगळ्याईनं हासन बंद केलं. उभ राहून पावण्याईले बैठकीत बलावलं. सारेच येऊन बसले. परत पानी आनलं. पोरीचा काका वसंता पाटील खुशालराव पाटलाकळे तोंड करुन बोल्ले... "पाटील हून जाऊदया एकदा अदिक 'च्या' अन् काफी..."

असं आयकताच खुशालरावांनी सांगलं... "अरे अंबादास, पाव्हण्याईले पाणी आण अन् च्या, काफी दुधाची यवस्ता करा..."

पोरीचा काका वसंता पाटील खुशालरावाकडे पायत म्हणाला... "पाटीलबुवा ऽऽ... आमाले पोरगा पसंत हाय..."

जसी पोराची पसंती देली तसं समदयाईचा नुरचं बदल्ला... लग्न कऱ्याच्च्या साऱ्या अटी सांगल्या. सगळ्याईच्या मतापरमानं लगन कसं कऱ्याचं हेही ठरलं... खुशालरावांनी सर्व अटी मान्यही केल्या. पोरगी द्यायले तयार झाल्यानं गावात आनंदाले उधान आलं व्हतं... बऱ्याच वर्सानं नवरी गावात येणार व्हती...

खुशालराव बैखठीत एकलेच बिडी फुकत बसले होते... लायन्याचं लगन होत असल्यानं मनावरचा थोळा तान कमी झाल्याचं जाणवत व्होतं... पण त्याइच्या मनात इचार आला, पोरीचं एवळं कठीण झालं तरी बी पोरी काहून हू दिवून नायी रायले लेकाचे? पोरगी असली की, डाक्टरले तो म्हणीन तेवळे पैसे दिवून पोट पाळून राहयले? कसं व्हा मोहरच्या पोराइच त् हो बुवा... या मायदयाले कोनं समजवा कोन जाने?...

सावित्रीनं "मामंजी" ऽऽ... म्हणून आवाज देला.

खुशालरावांनी कोण? असे म्हणताच "मी सावित्री..."

"सावित्री... ये अंदर काय काम हाय?" सून सावित्री व सासरे खुशालराव यांच्यात बोलनं चालू झालं.

"मामंजी... एक इचारू काय?"

"इचार..."

"मामंजी... आपल्या गावातील वासुदेव जावळेच्या सुनेले एवढ्यात दिवस गेलेत..."

"मंग, आपल्याले काय कऱ्याचे आहे?" खुशालराव म्हणाले...

तोच सावित्र म्हणाली, "तसं नाही मामंजी... ती वर्षा पाणी भऱ्याले आली त्यावेळेस दिवस असल्याचं सांगत होती. तिचा तो नवरा भावराव डाक्टरसी काहीतरी दहा हजार देऊन पोट खाली कऱ्याचं असं काही म्हणत असल्याचं बोलत असतांना वर्षीनं ऐकलं. पण त्या दिवशी दवाखान्यात अशाच लोकांइची गर्दी असल्यानं आठ दिवसानं बलावल्याचं तिनं सांगलं..."

"मले त् असं वाटतं की वर्षीले नक्कीच पोरगी होत असीन्? म्हणून, त् दहा हजार तो दिवून राहयला...? माहया ही वाक्ती त्यांइन दहा-दहा हजारच देल्ले होते चारखेप. मी इचार केला होता की मले जर आता दिवस गेले तर मी त्यांइले अन् डाक्टरले या दोघाईलेबी पकळून दिनं पण आता त् काही तस्...औषधीनंच नक्कीच मायावर काईतरी वाईट परिणाम झाल्यासारखा वाटते..." व पुढचं बोलण्याच्या आतच ती ढसाढसा रडू लागली. खुशालरावांनी तिची समजूत काढली होती. पण तिच्या काही ते मनातून जात नव्हतं.

पदरानं डोये पुसत ती बोलली. "मामंजी मले तुम्ही याबाबत मदत करसाल काय?"

खुशालराव म्हणाले, "कशाची..."

सावित्री म्हणाली, "मामंजी बिलठाण्याचा तो डाक्टर मुसलमान समाजाचा हाय, अन् आपल्या गावचा सरपंच ही मुसलमान समाजाचा असून तुमचा तो जिवलग दोस्त भी हाय. त्याले तुमीनच सरपंचही केलं. त्याच्याच्यानं त्याले इस्वासात घिऊन पोलिसात तक्रार दिवू व पोलिसाच्या मदतीनं डाक्टरले पकडून दिवूच... मंग समझीन तुमालेबी त्यानं आता लोक किती पोरीचे जिव घेतले...! अन् किती पैसे कमोले... एकडाव त् त्याले जेलाची हवा दाखवीनचं! हा त् महा निर्धारच हाय. मामंजी, त्या मरनाऱ्या पोरी काय म्हणत असतीन? की, अशी येळ पोरीवरच कावून आली असीन्...?"

खरं तर हा प्रश्न स्त्रियांच्या अस्तित्वाशी आणि रोजच्या भीषण वास्तवाशी निगडित असल्याचा खुशालरावांच्याही लक्षात आला होता. मोतीरामचं लग्न लटकण्याचं नेमक कारण लक्षात आलं व्हतं. खरंच सावित्रीस तिच्या या कार्याला आपण हातभार लावायलाच पाहिजे हे त्यांनी मनोमन ठरवून टाकले व तसे तिले सांगितलेसुद्धा. सासऱ्यांच्या मदतीने आपण नक्कीच जिंकणार याची खात्री सावित्रीस झाल्याने तिने वर्षाला विश्वासात घिवून तिच्या नवऱ्याले चाट मारुन बिलठाण्याले घिवून आले. बिलठाण्याच्या 'शमा' दवाखान्याचा डॉक्टर सैयद याच्याकळे जावून खरचं वर्षीले

काय व्हते हे मसीनं तपासून पोरगी व्होत असल्याची खात्री करून घेतली. आमाले पोरगी पाहयजे नायीत् काय करा लागीन? असं डाक्टरले इचारता बराबर त्याने गर्भ काळ्याचा सल्ला देल्ला. तो काळून टाक्याचे पैसेही ईचारले त् दहा हजार रुपये पहयले पाहयजे तरच काम करतो अस त्यानं सांगलं. त्यान सांगल्या परमाणचं दहा हजार रुपये सरपंच काजीस साक्षीदार ठुन देल्ले. लगेच त्यानं वर्षीलेभरती करुन घेतलं व सकायी तिन वाजता या अस सांगलं.

दवाखान्यातून बाहरे येताच पुढची पावलं पोलिस स्टेशनकडे वळली होती. सावित्री, खुशालराव, सरपंच काजी, पोलीसात गेले व झाला प्रकार सावित्रीने ठाणेदाराला समजाऊन सांगला. स्त्री-भ्रूण हत्येचा शोध घेण्याकरिता शासनस्तरावरूनसुद्धा प्रयत्न चालूच होते. ही आयतीच संधी आल्यामुळे शासकीय यंत्रणासुद्धा कामाला लागली व एक प्लॅन तयार करून त्यानुसार ठाणेदार यांनी औरंगाबाद येथील पथक बोलावून घेतले. सोबत जिल्ह्याचे मुख्य डॉक्टर, जिल्ह्याधिकारी, तसेच मुख्य कार्यकारी अधिकारी यांच्या मार्गदर्शनात गर्भपात कार्यक्रमातील विशेष पथकाने सावित्रीच्या मदतीने सकाळी चार च्या दरम्यान धाड टाकली असता 'शमा' दवाखान्याचा डाक्टर सैयद हा या कामासाठी दहा हजार रुपये घेताना पकडण्यात यश आले. यावेळी स्त्रीरोग तज्ज्ञ, महिला वैद्यकीय अधिकारी, महिला पोलीस, बालरोग तज्ज्ञ, यांच्यासह नर्सिंग होमची तासणी केली असता त्यावेळी गर्भपात करण्याची परवानगी मिळून आली नाही. गर्भपात करण्यायोग्य सर्व व्यवस्था, औषधी, साधनसामग्री, तसेच सोनोग्राफी रिपोर्ट्स व यापूर्वी गर्भपात झालेल्या महिलांचे नोंदणी रजिस्टर आढळून आले. या नोंदणी रजिस्टरवरुनच दहा महिन्यात एकशे चौऱ्याहत्तर गर्भपात झाल्याचे समजून आले.

सावित्रीच्या तक्रारीवरून दवाखान्यातील सर्व साहित्य जप्त करुन या डॉक्टरच्या विरोधात गुन्हा नोंदवण्यात आला व डॉक्टरला पकडून सोनोग्राफी मशिनल सील करण्यात येऊन दवाखान्याला सुद्धा सील करण्यात यश आले.

ही बातमी जिल्हाभर वाऱ्यासारखी पसरली. चिखलठाण्याची सावित्री आज बिलठाणा जिल्ह्यात चर्चेचा विषय ठरली. तिने धाडस दाखविल्यानेच भरवस्तीत चालणाऱ्या स्त्रीभ्रूण हत्येचा कत्तलखाना उघडकीस आला होता. चांदूर तालुक्यातील चिखलठाण्याच्या नावाबरोबरचं खुशालराव पाटीलांच व सरपंच काजींचं नाव सावित्रीने जिल्हाभर केले होते. कारण त्यांच्याच सहकार्यानं तिला हे यश संपादन करता आलं हे ती विसरली नव्हती. गावातील सर्वजाती धर्मातील लोक तिच्या कर्तृत्वाचे गोडवे गात होते.

सावित्रीने पुन्हा एकदा जन्म घेतला की काय अशी जिल्हाभर चर्चा चालू होती. तिच्या सोबतच वर्षा जावळेचही कौतुक होत होतं. चिखलठाण्याच्या या सावित्रीचा गौरव सोहळा जिल्हाधिकाऱ्यांनी आयोजित केला. दहा महिन्यात एकशे चौऱ्याहत्तर गर्भपात झाल्याचे तिने उघडकीस आणले होते. त्याबद्दल सत्कारही करण्यात आला. सत्काराला उत्तर देताना ती म्हणाली, "आपण माणसू आहोत. आज एकविसाव्या शतकाच्या उंबरठ्यावर उभं असतांना स्त्री-भ्रूण हत्या हा माणुसकीला कलंक आहे. जगण्याचा अधिकार सर्वांना सारखाच आहे. एक बाब सांगाविशी वाटते ती म्हणजे, 'तंत्रज्ञानाला संवेदना नसते. मात्र माणसे तंत्रज्ञान संवेदनशील बनवतात.' आज 'लेक वाचविण्याची' खरी गरज आहे केवळ वाचविण्यासंबंधीचे देखावे देखाव्या पुरते नसावे' हे सर्व सांगत असतानांच तिचा गळा दाटून आला तो म्हणजे तिचं आई होण्याचं स्वप्न मात्र तसंच हवेत विरघळलं होतं...

महादेवनं केल्या कामाची सर्वासमोर माफीही मागितली... परंतु, आयुष्यभर पस्तावाशिवाय त्याच्या काहीही पदरात पडलं नव्हतं... कारण त्यांच्या आयुष्यात आलेलं हे दुःख पेलण्यासारखं नव्हतं. मुळात हे दुःख माणसाच्या वाट्याचं नसून समाजाच्या वाटयाला आलेलं आभाळाएवढं दुःख आलं होतं हे निवारण्यासाठी अशाच अनेक सावित्रीची समाजाला आज खरी गरज आहे... तेव्हा कुठं आभाळाएवढं दुःख... निवारलं जाऊ शकतं... नाही तर...

***

३.
गुंता

साधारण दुपारची वेळ असेल, घरासमोर मोटारसायकल थांबण्याचा आवाज आला. पण सुमतीला असं वाटलं की, कदाचित बाजूच्या घराजवळ थांबली असेल. सुमती रोजच्यापेक्षा आज सकाळी चारला उठल्यामुळे कॉटवर बसल्या बसल्या चांगलीच सुस्त झाली होती. आज एवढ्या लवकर उठण्याचं कारणही तसंच होतं. रात्रीला मुक्कामी असलेल्या पाहुण्यांना सकाळची साडेपाचची एस.टी. बस पकडायची होती. ही बस जर निघून गेली तर मग त्यांना नऊशिवाय दुसरा टाईम नव्हता.

पाहुणे एस.टी.स्टॅन्ड वर त्यांच्या वेळेनुसार बरोबर पोचले होते. पाहुणे गेल्यावर सकाळची सर्व कामे लवकरच आटोपलेली होती. सुनीलचं ऑफीस साडे दहाचं. सुमतीचा स्वयंपाक रोजच्यापेक्षा आज लवकरच आटोपला होता. आज जेवण आटोपून अर्धातास तो आधीच ऑफीसला निघून गेला होता.

अगदी वेळच्या आज सर्व कामे आटोपल्यामुळे सुमती बेडरूमच्या खिडकीजवळ कॉटवर पाठीशी उशी घेऊन रेटलेली होती. घराला लागूनच मोठे दाट फांद्यांचे लिंबाचे हिरवेगार झाड असल्याने वाऱ्याची थंड झुळुक अलगदपणे खिडकीतून आल्याने सुमती सुस्तावली होती. तिचं अंगही हळूहळू जड होत चाललं होतं. म्हणूनच की काय दारावर पडलेली थाप ऐकूनही तिनं न ऐकल्यासारखी केली. आतून प्रतिसाद येत नसल्यानं पुन्हा एकदा थाप पडली... डोळे भारी पडल्याने तिला थोडावेळ आवाज आल्याचा भास झाला होता. तिने डोळे उघडण्याचा प्रयत्न केला तेव्हा मात्र तिला हा भास नसल्याचे लक्षात आले. ती तशीच उठून बसली, केस सावरत व साडीचा पदर नीट करत दारापर्यंत पोचत नाही तो पुन्हा एकदा थाप. ठक् ऽऽ...

ती दारापर्यंत आली होती. दाराच्या मधोमध लावलेल्या भिंगाच्या काचातून बघितलं तर चेहरा थोडा ओळखीचा वाटला. अर्धवट झोपेमुळे चेहरा लक्षात येत नव्हता. तेव्हा आतूनच आवाज दिला... 'कोण?' दाराच्या बाजूला उभा असलेला

सुधीर म्हणाला मी... मी...

मिचमिचते डोळे करुन सुमतीने दार उघडले. दार उघडताबरोबर तिची झोप उडाल्यासारखे झाले. उंबरठ्याच्या बाहेर उभा असलेला सुधीर तर उंबरठ्याच्या आत असलेली सुमती भूतकाळात हरवल्यानं बराच वेळ ते तसेच उभे होते.

शेवटी सुधीर भानावर येताच त्यानं विचारलं, "मला आत तर बोलवशील?"

स्मित हास्य करीत सुमती म्हणाली, "हो... याऽऽ... या ऽऽ..."

सुधीर म्हणाला, "तू कुठला विचार करीत होती?"

गालावरचं स्मित कायम ठेवत ती म्हणाली, "असाच..."

'असाच' म्हणजे कसा...?

हे बघ सुमती, "मी तुला काही आजचं पाहिलं नाही... मला ठाऊक आहे की, तुझ्या मनात कोणात विचार आला असेल? सांगू का..."

तोच सुमती थोडी शरमली... तसं पाहिलं तर तिचं बरोबरही होतं. परंतु झालं गेलं गंगेला मिळालं असल्यानं ती काही बोलली नाही...

दोघही थोडा वेळ स्तब्ध होते... सुमतीच्या डोळ्यांच्या कडा ओलसर झाल्याचे त्याला जाणवत होते. हात पुढे करत, 'बस'...

सुधीर काही न बोलता दिवाणावर ठेवलेला लोड घेऊन आरामशीर बसला.

सुमतीनं हातात पाण्याचा अर्धा भरलेला ग्लास सुधीरच्या हातात दिला. अर्धा ग्लास पाणी पाहून त्याला हसू आलं.

तोच सुमतीनं प्रश्न केला, "काय झालं हसायला?"

"नाही,...काही नाही..."

"मग?"

"अगं.."

"अगं,... काय?"

"काही चुकलंय काय माझं?"

"नाही,... 'माझंच चुकलय..."

"एवढचं राहीलं होतं तुझ्या तोंडून ऐकायचं तेही..."

"तसं नाही, अग पूर्ण पाण्यानं भरलेला ग्लास देण्याची पद्धत असतांना तू असा हा अर्धा ग्लास भरलेला माझ्या हाती दिल्यामुळे मला थोडं अवघडल्यासारखं झालं म्हणुन..."

"तुला जर हे कळलं असतं तर ही वेळच आली नसती तुझ्यावर... नी माझ्यावर..."

तिचे हे शब्द जसे सुधीरच्या कानावर पडले म्हटल्यापेक्षा आदळले तेव्हा मात्र थोडावेळ तो गोंधळला. व म्हणाला, "ह्यात माझी काय चुकी?"

"तूच तर मला अंधारात ठेवलं... मी प्रपोझल घेऊन यायच्या आतच सारं काही..."

तो रुमालाने डोळे पुसत होता... नेमकी चूक कुणाची हे मात्र काही उमगत नव्हतं. चूक झाली एवढं मात्र खरं होतं. हे दोघांच्याही लक्षात आलं. गुरफटल्यामुळे अनपेक्षित वळणावर आल्यानं ते फक्त गोंधळलेच नव्हते तर कमालीचे अस्वस्थ झाले होते.

स्मशान शांतता पसरली होती. बाजूची खुर्ची ओढून ती त्याच्यासमोर बसली होती. तिलाही दाटून आलं होतं... त्याची चूक नसतांनाही ती त्याला बोलली होती. हे तिच्या लक्षात आलं तरीही ती त्यालाच दोष देत होती. कारण नात्याची ही वीण घट्ट होती त्यामुळेच...

वास्तविक पाहता ती त्याच्या भेटीसाठी एवढी आतुर असायची की, तिला असं वाटयचं की, सुधीरनं आपल्याजवळ यावं, आपली विचारपूस करावी व आपल्या मनात असलेलं ओळखावं... पण यापैकी आता मात्र काहीही झालं नव्हतं, म्हणूनच तिला हुरहूर सतावत होती. तिला त्याची कायमची ओढ होती. ही ओढ अजूनही आहे तशीच असल्या कारणाने ती त्याच्यावर रागवत होती. कारण मनापासून ती त्याच्यावर प्रेम करीत होती.

घरच्यांनी मनाविरुद्ध परस्पर लग्नाचा निर्णय घेतला होता. याबाबत ती त्याला सांगूही शकत नव्हती. तिचचं मन तिला खात होतं. कारण सांगितलं तर पटणार की नाही या चिंतेत ती होती. शिवाय जिवाचं काही... म्हणून ती शेवटपर्यंत गप्प होती. म्हणूनच तिच्यावर ही वेळ आली होती. तेव्हा आपण का विरोध केला नाही हा प्रश्न वारंवार तिला सतावत होता. आहे त्या संसारात तिचं मन लागत नव्हतं. आणि उजळ माथ्यानं सांगूही शकत नव्हती. आज तिच्या लक्षात आलं होतं की नाती जपतांना मनाचा मोकळेपणा किती महत्त्वाचा असतो! खुपणारी गोष्ट खुलेपणाने बोलण्याचं धैर्य नसल्यानं उसविलेला धागा पुन्हा सांधताना तिची मानसिक तारांबळ होत असल्यानं हे सारं काही घडतं होतं. अनेक वर्षापासून अचाकन सुधीर पुढं आल्यानं तिनं स्वत:वरचा राग त्यावर काढला होता. तिच्या डोळ्यांतून अश्रू घळाघळा वाहत होते. खरं तर तिचं रंगविलेलं गुलाबी कोडं सुधीरनंच सोडवावं असं असताना ते मात्र तसचं राहिल्याच्या विरहानं ती खचलेली होती. या विरहात ती नेहमी अंगणातल्या त्या मोगऱ्याच्या झाडाकडे पाहून म्हणायची,

‘हिरव्यागार ताटव्यातून, तू पांढरीशुभ्र मान वर काढून उगाच बसला,
तुला काही सांगायच्या आत नियतीने फास ओढला,
चंदनाचा तो स्पर्श की, यौवनाचा गंध
नजर प्रीतीची उधळविण्यात मी उगीच आज दंग,
माझं दुःख तुलाच कळतं... मनात माझ्या ते किती खुपतं...’

जीवनात आलेल्या या चढ-उतारावर उभं असतांना अशा या नात्याचा हळुवार पदर उलगडतांना तिच्या चेहऱ्यावर पुन्हा विश्वास, जिव्हाळा, प्रेमाचं विलोभनीय दृश्य पाहत सुधीर थक्क झाला होता. अपरिचित पाऊलवाट असूनही परिचित असल्याची त्यालाही आता भासू लागली होती. कारण या मार्गावरचे ते एकेकाळचे ‘सहप्रवासी’ होते. म्हणूनच आज त्यांना नात्याची ऊब हवीशी वाटणार नाही तर नवलच!

विश्वास, आपुलकी-प्रेम! असूनही नशिबात आलेला तणाव ती सहन करू शकत नव्हती, परिस्थिती समोर ती हतबल झाली होती. विश्वास ठेवणारं व दुसरं समजावून घेणारं मन आज तिच्याजवळ फिरकत नव्हतं. कारण ती ज्या वळणावर उभी होती तिचं कुणीचं नव्हतं. एकाकीपणाचा सामना करत असताना जिवाभावानं सोबत करणारा साथी भेटल्यानं तिला एवढं दाटून आलं त्याचबरोबर जीवन गमावल्याचं शल्य अनावर झाल्यानं अश्रूंना वाट मोकळी करून देण्यासाठी तिनं सुधीरच्या खांद्यावर मान टेकवली होती. यज्ञकुंडाप्रमाणे धगधगतं आयुष्य तिच्या वाट्याला आलं होतं. संघर्षाचे कितीतरी क्षण तिच्या पदरी पडले, ते क्षण भोगले... सोसले... व झालेली घुसमट ही त्याही पलीकडची असल्यानं जीवनाचा गोवर्धन पेलण्याचं बळ गेलं होतं. नात्याला केवळ नैतिकतेच नाव देण्याच्या अट्टहासापोटी हे घडलं. विनाकारण नैतिक-अनैतिकतेच्या तराजूत मजबूत असलेलं नातं कधी नी कसं हरवून जातं हे मग आकलना पलीकडचं होतं हे सर्व लक्षात आलं.

म्हणूनच सुधीर म्हणाला, “अग तू ज्या विचारात आहे त्या विचाराला त्यावेळी तुझ्याजवळ दुसरा काही इलाजच नव्हता... हे मी चांगलचं जाणून होतो... म्हणूनच मी तुला कधी विचारलंही नाही... एवढचं काय तर मी तुझ्या लग्नाला पूर्ण वेळ हजरही होतो... एक छोटस गिफ्ट घेऊन... डिवचण्यासाठी नव्हे, तर तुझे भावी आयुष्य प्रकाशमान होण्याकरिता लाख-लाख शुभेच्छा घेऊन आलो होतो... मन सांभाळण्यासाठी... आणि तूही त्यावेळेस तेवढ्याचं ताकदीनं माझ्याकडचं गिफ्ट स्वीकारताना तू माझ्याकडे पाहत होती.... मी त्यावेळी खूप आनंदी होतो असे नाही... मात्र मला आनंदी दिसणं त्यावेळी गरजेचं होतं. माझी अवस्था खूप बिकट होती.

'सहनही होत नव्हतं अन् सांगताही येत'... कारण नियती कशाला म्हणतात हे मला त्यावेळी चांगलच कळलं होतं...''

सुधीरच्या अशा बोलण्यानं सुमतीचे डोळे डबडबलेले होते. ओठावरचे शब्दही जणू गारठले होते. तिची ती अवस्था पाहून सुधीर थोडा अस्वस्थ झाला होता. तो मनाला प्रश्न विचारू लागला की, उगीचचं दार ठोठावलं... हा उंबरा आता कशाला ओलांडायचा... जो परका झाला...

तर दुसरं मन मात्र हे परकेपणाचं नातं मानायला तयार नव्हतं... कारण तळहाताच्या फोडाप्रमाणं नातं जपलेलं होतं. बऱ्याच वर्षापासून तिला पाहिलं नसल्यानं कोणत्याच कामात लक्ष लागत नव्हतं... एका संत वचनाप्रमाणे असे की, 'भेटी लागे जीवा, लागलीसे आस, पाहे रात्रंदिन वाट तुझी'... त्या संताकरिता त्याचा तो पांडुरंग परंतु माझ्यासाठी सुमती ही पांडुरंगासारखीच होती... नव्हे त्याही पलीकडची... खरं तर सुधीरच्या प्रेमात तेवढीच अतूट भक्तीची शक्ती कायम होती. ती तसूभरही कमी झाली नव्हती. झालेलं दुःख दोघांच्याही हृदयावर गोंदल्या गेल्यानं गेल्या पंचवीस वर्षात भेट न होऊनही नातं जसच्या तसंच शाबूत असल्याच जाणवत होतं. म्हणूनच बहाणा करून सुधीरने सुमतीचं घर शोधून भेट घेण्याचे ठरविलं होते... व ते नियोजन पूर्णही झाले होते. मात्र झालेली चूक दुरुस्त होणार नव्हती. हे त्याला चांगलच माहीत असतानाही त्यानं हे पाऊल उचललं होतं...

सुमतीने सुधीर करिता आणलेलं पाणी बैठकीमध्ये पाणी पीत असताना त्याने चहूकडे नजर फिरविली. सुमतीने बैठकरुम चांगलीच सजवीली होती. तरीसुद्धा या प्रशस्त हॉलमध्ये मन घुसमतट होते का कुणास ठाऊक? बाजूच्या भिंतीवर आकर्षक फ्रेममध्ये निसर्गचित्र असल्याने ते चित्र अधिकच पुन्हा-पुन्हा पहावसे वाटत होते. ते पाहून मन प्रसन्न होत होते.

तोच बाजूच्या दुसऱ्या निसर्ग चित्राकडे लक्ष गेलं. काही समजायच्या आतच डोळ्यातून कळत-नकळतपणे गालावर दोन थेंब केव्हा उतरले होते ते लक्षातही आले नाही... शेवटी मीच माझ्या मनाला थोडं सावरून धीर देण्याचा प्रयत्न करू लागलो. लग्नामध्ये दिलेलं ते गिफ्ट होतं. पंचवीस वर्ष होऊनही जसेच्या तसेच सांभाळून ठेवलं होते... मनोमन मी पहिल्या मनाने केलेल्या विचारापेक्षा दुसऱ्या मनाने केलेला विचार मला पटत होता...तो असा की, अजूनही नात्यात परकेपणा जाणवत नव्हता... अचानक आभाळ भरून यावे व हलक्याशा थंड हवेच्या एका झुळकीमुळे संततधार कोसळत राहावं व हे असं कोसळत असताना मध्ये-मध्ये चमकणाऱ्या विजांनी मन घाबरून जावं तसच काही सुमतीच्या बाबतीत घडत होतं...

तिला समजावूनसुद्धा ती ऐकायला तयारच नव्हती... हळुहळू माझाही तोल जात होता. परंतु मी थोडं कणखर बनून तिला अधिक समजाविण्याचा प्रयत्न करत होतो...

ती पुन्हा अस्वस्थ झाली. कुणास ठाऊक... अनेक आठवणी मनाला हेलकावे देत होत्या. तेव्हापासून तर आजपर्यंतच्या झालेल्या जखमा पुन्हा ओल्या झाल्या होत्या... अर्थातच, काही जखमा तर खूप खोलवर गेलेल्या असल्यानं तर तिला अधिकच बेचैन करीत होत्या. ह्या सर्व दु:खाचा भावार्थ आता मात्र चांगलाच लक्षात येत होता... अर्धा ग्लास पाणी देण्याचा अर्थ हळूहळू लक्षात येत होता.

खरं तर सुमतीनं आजपर्यंत अनेक दु:ख सहन केली होती. तिच्या माझ्या कर्माची जणू काही हीच फळे होती व या फळांचा स्वाद नियतीनं आम्हास चाखायला भाग पाडला होता... नियती... नियती... कशाला म्हणतात बहुतेक हीच ती असावी का? झालेल्या घटनेमुळे ती स्वत: हरवून बसली. या वास्तवाचा दाह ती सोसू शकत नव्हती. तोच तिच्या ओठातून शब्द बाहेर पडले,

"एवढं सोपं नाही, तुला विसरावं, हृदयी वेदना व श्रावणी धार तू ठेवली मागं"...

सुधीरच्या लक्षात आलं होतं. प्रेम करणं किती कठीण असतं. ते जपणं, त्याहून अवघड असतं. प्रेमाचं रूपांतर अखंड सहजीवनाचा लाभ देणारा शुभविवाह न झाल्यास जगणं त्याही पलीकडचं असतं... खरं तर प्रीती बहरली होती पण ती पूर्णत्वास न गेल्याचं दु:ख दोघही भोगत होती. केवळ फक्त तिच्या समाधानाकरिता तो जगत होता. प्रेमभंगाच्या दु:खाने त्याच्या काळजावर फार मोठा घाव केला होता. जगून तो मरणाची धग सोसत होता. प्रीतीचा गंध पृथ्वीवरील वादळाने आसंमतापर्यंत नेला तो केवळ अंत:करणात सलत राहिलेल्या दु:खाची जिवापाड जपणुकीची साक्ष म्हणूनच...!

सुधीरच्या वाट्याला आलं होतं तीव्र एकाकीपण... पण हे एकाकीपण त्यानं सुमतीला कधी समजूच दिलं नाही. सुमतीच्या सुखाकरिता विरह सोसत जगणं त्याला मान्य होतं... पण तिला दु:खात पाहणं त्याला मान्य नव्हतं. त्याच्या जगण्या-मरण्याची प्रश्नोत्तरे त्याने सुमतीच्या सोबतच पाठवली होती. केवळ ऋणानुबंधाच्या गाठी तेवढ्या उरल्याची जाणीव फक्त स्वत:जवळ बाकी होती.

सृष्टीच्या अविरत फिरणाऱ्या रहाटगाडग्यात ऋतूंचे रंग बदलतात म्हणूनच की, काय पवित्र प्रेमालाही त्यातून सुटका नसल्याचे सुधीरच्या लक्षात आले होते. ऋतूत जसे उन्हाळा, पावसाळा, हिवाळ येतो तर मग आपल्याही जीवनातील या चढ-उताराशी जन्मभर नातं जोडावाचं लागेल. गतकाळातील व्याकूळ आठवणीतील

पावसाची कविता खूप दिवसानं पुन्हा एकदा त्याच्या ओठावर आली,

    "तू भेटलीस त्या दिवसाचा पाऊस पाऊसच नव्हता,

    खरंतर आठवणीतला एकांतातील पाऊस, पाऊस होता..."

हे जरी सर्व खरं असलं तरीसुद्धा झालेला गुंता मात्र सोडवण्या पलीकडचा होता... बी.ए.च्या अंतिम वर्षाला शिकविलेली कुसुमाग्रजांची कविता सुधीरला आठवली, 'नात्यास नाव आपुल्या, देऊ नकोस काही, प्रत्येक चांदण्याला, जगतात नाव नाही!'... खऱ्या अर्थानं आज सुधीरचं मन निरभ्र झालं होतं. परंतु सुमतीचं मन झळीचं आभाळ होऊन झिरपत होतं. हे लक्षात येताच त्यानं सुमतीच्या उंबऱ्यात टाकलेलं पाऊलं हळूच काढत फक्त तिच्यासाठी जगण्याची ऊर्मी घेत बाहेर काढलं ते तिला समजलंही नाही...

              ***

४.

दुष्काळ

या दोन-चार वर्षात तुयशीराम निखय गयाल्या सारखा झाला होता. तसं पाहवलं तू घर नुसतं ववावराच्या भरवशावर चालतही नव्हतं. मेंढ्या-बकऱ्या ह्या त् होत्याच त्याच्या संगतीले दोन म्हसी अन् त्याही चांगल्या दुभत्या असल्यानं घर जरा बरं चालत होतं. फारसी हौसमौज न करता तेवढ्यापुरतं खर्चपाणी भागत होतं. मन मारून घरातले सारेच कसबसं जीवन जगत असले, तरीही कोनाच्या दारापुढे मातर जायाची गरज नोती. यामुळे तुयशीराम खूश व्हता.

या चार-पाच वर्षांत मनाजोक्त काई पाणी येत नसल्यानं वावरात फारस कायी कोणाचचं मन लागत नोत. तेवढ्यापुरतच कामकाज आटपलं की, घरी यायची पळत होती. पळीतात सकायपासून त् संध्याकायलोक ढोरचारले तरीबी त्यांइचे हाळं मसालेच चिकटेल... तसीच कथा ढोरक्याची...

मांगल्या वर्षा पेक्षाही या वर्षी पाणी इतकं कमी झालं होत की उनाहयात माण्साईले प्यायले पाणी कुठून-कुठून आना लागत व्हतं ते त्याईलेच ठाऊक... पाण्यासाठी त् मोठी सर्कसच करा लागे. तुयशीरामचा गणेश अन् जयश्री वर्गातून एक नंबरचे हुशार पण पाणी नसल्यानं दोघबी पाण्यासाठी सायकलले पिल्यस्टिकच्या मोठ्या-मोठ्या कॅना अन् दुधाच्या कॅना अटकवून दूरून दूरून पाणी आणत होते. मंग कायची शाळा-कालेज अन् कायचा अभ्यास... सकाय संध्याकाय दप्तरं खुटीलेच... कोरड्याठाक विहिरी, उजाड, रान, गोठ्यातले सारे जनावरं चऱ्याले डोंगरात गेल्यानं भकास पडलेले गोठे अन् पोटासाठी राब-राब-राबणारे बायाबापडे कोणतच काम न करता येत असल्यानं व हाताला कामा नसल्यानं हताश झालेले तरुण पोरं. हेच सारं चित्र होतं हिंगण्याचं. या दुष्काळानं एक केलं होतं ते म्हणजे अनेकांना त्यांची स्वत:ची घरदारं सोडायले भाग पाडलं होतं...

माणसालेच जर प्यायले पाणी नोत मंग ढोरा-ढाकराचं काय? प्याले पाणी

नसल्यानं ढोर-ढाकरं तृ पाय खोरत-खोरतच मरत... खरं तर हे सारं पाहून परतेकालेच असं वाटे की असं मेल्या परीस एका झटक्यात मरनं बरं... थोळ्याफार फरकानं ढोर अन् माणसांईची गत सारखीच... गावातल्या चौका चौकात यापेक्षा दुसरा विषयच नोता. फक्त वावरात गेलं की आयुष्य सार्थकी लागल्यासारखं वाटत असल्यानं गावातल्या लोकासारखं तुयशीराम वावराकळे जात-येत व्हता हे मात्र खरं.

हे पेरल्यानं जमीन काय? ते पेरल्यानं जमीन काय? असं मन लाऊन तुयशीराम दिस रात एक करून काम करत व्हता. शेतीची आवड असल्यानं नोकरी न करता शेती व्यवसाय त्याने स्वीकारला होता. पण तोच काय करीन... वेळेवर पावूसपाणी तृ यायले पाह्यजेना! सततच्या नापीकीमुळे त्याची आर्थिक परिस्थिती खालवलेली होती म्हणूनच मजूरी द्यायले पैसे नसल्यानं घरच्या घरी वखरणीचं काम मनोमन ठरोलं. अन् चालूही केलं होतं. तुयशीरामच्या मनात आलं की, मागच्या उनाहयात आपल्यासकट गावातल्या लोकाइनं बंधारे कमी प्रमाणात बांधल्याने पाणी फारस अडवता आलं नाही. त्यामुळेच या दुष्काळाला सामोरे जावे लागल्याचे वाटत होते. पाणी कमी आल्यानं व बंधारा कमी असल्याने पाहिजे तसा उपयोग झाला नाही. सारी मेहनत वाया गेली. हिंगणा हे खेडं गाव असूनही गावातले अनेक पोरं-पोरी चांगलेच हुशार असल्यानं कायीनं डाक्टरकीचं, कायीनं इंजिनियरचं, कायी पदवी, कायी मास्तरकीच शिक्षण घेतलं. खेडं असलं म्हून काय झालं... या गावची... कच्ची सडक डांबरी झाल्यानं गावात एस.टी. आली. गावातच शाळा झाल्या. पोष्ट आफीस झालं, रेल्वे थांबली. पण गावात मात्र पाऊसच नव्हता. पाऊस कमी आल्यानं व आलं तेवढ पाणी वाहून गेल्यानं सारं गावचं वैभव कसं एका क्षणात भंगल्यासारखं झालं होतं... काय उपयोग सुधारून?

गावात पाणी नसल्यानं शहराचा रस्ता गावातल्या तरण्याबांड पोरांइले धरावा लागला होता... अश्या कोरड्या दुष्काळानं सगळ्याईलेच पूरतं हालून सोळ्ळं व्हतं. मनाला पडलेल्या भेगा किती आणि कशा बुजवणार... मन दाटून आलं होतं... इलाज होता पण गावकरी ऐकणार नाही हे त्याला चांगलच ठाऊक होतं... वेळ आली म्हणजे सांगूच. तुयशीरामने डोये बंद करून "या वर्षात तरी खुप पाऊस पडू दे, पीकपाणी चांगलं होऊ दे..." असं मनातल्या मनात म्हणत देवाचं नाव घेत प्रार्थना करत होता. अशा या इचारा इचारानं त्यालेही वैताग आला होता. अशा या वैतागातच त्यानं उभ्यानंच हातचे दोर बैलाच्या पाठीवर फेकून देले... असं हे किती दिस चालावं... असा इचार त्याच्या मनात आला. खरं तृ तोच काय करेल? किती दिवस

माणसानं अशा परिस्थितीला सामोरे जावं. त्याचाही काळ वेळ ठरलेला असतो. अशीच परिस्थिती जर नेहमीची झाली तर कुणीही असो एकवेळ त् माणूस वैतागून जातोच... वास्तविक पाहता जमिनीला मोठ-मोठ्या भेगा पडल्या होत्या ह्या भेगा जणू काही त्याच्या आयुष्यालाच पडल्यागत होत्या...

एवढं असूनही तो हिंमत हारलेला नव्हता. रखरखत्या उन्हातान्हात तो जमीन कसतच होता. विहिरीच्या पाण्याने तळ गाठला. तशाच त्याच्या मनातील इच्छा आकांक्षाही तळात गेल्या होत्या. गणेश अन् जयश्रीची पाण्यासाठी वनवन भटकंतीमुळे भावी आयुष्यातील स्वप्ने रिकाम्या पाण्याच्या कॅनीप्रमाणे सायकला अटकविल्याने भेगाळलेल्या भुईमध्ये दोघा बहीण-भावाची भावी स्वप्ने पुरवल्या गेली होती. पाण्यासाठी आयुष्यच पणाला लागल्याने अभ्यासाला वेळ तरी कसा मिळणार!... दुष्काळात ह्याशिवाय दुसरा पर्यायच नव्हता...

ह्या कोरड्या दुष्काळानं अख्ख कुटुंबच काय तर संपूर्ण परिसरच पोळल्या गेला होता... बाजूच्या वावराकळे तुयशीरामचं सहज लक्ष गेलं तर शंकऱ्याही सकायपासून काम करत व्हता. घामाचे थेंब कपाय पाटलीवरचे पुसत-पुसत नेटानं काम करत असल्यानं त्याचं काही ध्यान तुयशीरामवर नव्हतं. पारबतीन न्यायरी साठी लुगळ्याच्या पावलात भाकरी न् घट वरन बांधून आनलं व्हतं व ते तसच आंब्याच्या झाळाले बांधून ठेवलं कुत्र्याबित्र्यानं निवू नायी म्हून. मेरीवर जाऊन भाकरी झाळाले बांधून ठिवल्याचं सांगून तसीच ती घरला निंगून गेली. बैलाच्या पाठीवर दोर टाकून तसेच सोळल्यानं बैलं निंबाच्या सावलीत उभे होते. बैलं सावलीत उभे राहयल्यानं तुयशीरामने आंब्याच्या झाडले पारबतीन बांधून ठेवलेली भाकरी सोडून न्यायरी करण्यास बसला. पण बाजूच्या वावरात शंकऱ्या दिसल्यानं एकट्यानं न्यायरी करणं बर वाटलं नाही म्हणून शंकऱ्याले आवाज देल्ला,

'ओ... शंकऽऽऱ्या..., येरे दोन घास खायाले...' तो एकदम दचकला. कामात असल्यानं कदाचित अस झालं असीनं. त्यानं वर पाहयलं अन् मानेनेच खुणवून 'नायी.' म्हणलं. नायी म्हटल्यानं त्यानं कावून नायी म्हटलं असीन...? आपण स्वत:हून आवाज दिल्यावरही...

तुयशीराम काही विचार करत असल्याचं अखेर शंकरच्या ध्यानात आलं म्हून लगेच परतून तुयशीरामले आवाज देल्ला 'ओ तुयशीराम भौ, येतोऽऽ... येतो' ऽऽ...

दोघं आंब्याच्या सावलीत बसून न्यायरी करत होते... तुयशीरामनं इचारलं, 'कारे शंकऱ्या, अवंदा कोण्त वान पेरसील'...?

शंकर बोल्ला... 'असं कावून इचारता तुयशीरामभौ?' तुयशीराम म्हणाला,

'त्याच असं हाय शंकऱ्या, मांगल्या वर्षी म्या सोयाबीन पेरलं अन् मका पेरला होता. पण पाहयजे तसी काय झळती लागली नायी...' म्हून इचारलं..

शंकर बोल्ला, 'झळती कमी लागीन नायी त् काय, मांगल्या वर्षी पयले पयले एक दोन निंदन व्हयेलोक बऱ्यापैकी पाणी पळलं. पण सोयाबीन फुलावर जसं आलं तसच पाणी कमी कमी होत गेल्यानं सोयाबीनं काही जोर धरला नाही. थोळ्याफार फरकानं मक्याचही तसचं झालं...' अस म्हणता बरोबर... तुयशीरामनं लगेच म्हटलं, 'खर्चालेबी नायी परवळलं..., घरचं बी-बीयाणं कामी नायी पळत, अन् दुकानातलं महागाईच्यानं इकत नायी घेवोत...' दुष्काळाच्यानं ढोरं-ढाकरं मरुन राहयल्यानं गावरान खतही कमी झालं. ट्रॅकटरनं काम करतो त् ते आपल्याले मजुरीले नायी पुरत. मजूराले म्हणा, तो हप्त्यातून एक ना दोन दिसच भलाभुरा कामाले येते ते भी तो म्हनीन ते मजुरी दया लागते. सरकारनं याईले पोशाचा कशा करता ठेका घेतला कोण जाणं?... त्यांच्याच्यानं हेही माजल्यासारखे करुन राहयले... हप्त्यातून एखांद्या दिसीच भलेबुरे कामाले येते., ते ही आपली सात गरज म्हणून... व बोलून ही दाखवते... रसायनिक खतानं जेवळी झळती पाहयजे तेवळी लागत नायी दरवर्साले खर्च कायी कमी त् व्हतच नायी... उलटा त्यात अधिक भरचं... घर कसं चालवावं मोठा बिकटचं... मोऱ्ह-मोऱ्ह करता जयश्री तिसीत गेल्यानं या पोरीचं लगन कसंच जुळा...? एक डाव पोरचं भलही जमून जाईन... मोठा परसनच मनात उभा रायला गड्या...

पोरगा शाळेत जातो म्हण्तो त् प्याले पाणी नायी. दिसभर त्या पोरीच्याच संगसंग फिरून पाणी आणतात कुठून कुठून... शिकल्याविना त् कायी खरं नायी. लहान मोठी नोकरी लागली त् त्या आशेन लगनही लवकर जूळीनं शेतीचं त् काही खरं राहयलं नाही. पण, हे सारं समजून-बिमजून कायी फायदा नाही. एक-एक दिस ढकलणं कठीण झालं...

बायको पारबतीनं तिच दुखनं कदलोक आंगावर काळावं... डाक्टरलेबी दयाले पैका नायी...' थोळाफार दूध इक-टिक करून जास्तीचा पैका येतो तो सावकार घिवून जातो... तेला मिठाची पंचायीत... काय चेष्टा लावली कुणास ठाऊक...? पण शंकऱ्या तूले एक सांगतो, "ही लढाई एक दिस जिकल्या शिवाय रायणार नाही"... तुयशीरामचा हा आत्मविश्वास पाहून शंकरचीही हिंमत वाढली. तो साऱ्या संकटाइले तोंड देत असतांना शंकर रोज त्याले पाहयत होता. शंकऱ्या लक्षात आलं की, "सततच्या नापिकीनं तुयशीराम हैरान झाला असल्यानं दुष्काळानं वाकला होता. हे सत्य समोर जरी असलं तरी-पण तो मोडल्या गेला नव्हता. हीसुद्धा दुसरी सत्याची

बाजूसमोर आली होती...'' हे त्याच्या बोलण्यावरून लक्षात आलं व्हतं. दुष्काळाने होरपळलेल्या इतर गावाप्रमाणेच एक नाव हिंगणा या गावचेसुद्धा होते. म्हणूनच दुष्काळ निवारण्यासाठी सरकारचीही मदत आवश्यक होती.

नैसर्गिक आपत्ती विषयावरील उच्चस्तरिय समितीच्या बैठकीत हिंगणा गावासाठी दहा लाख रूपयाची मदत मंजूर झाल्याची बातमी वर्तमानपत्रात झळकली. बातमी नुसतीच झळकलीच नाही तर त्या संदर्भातील खात्याकडून ग्रामपंचायतीस संरपंचाला धनादेशसुद्धा प्राप्त झाला. परंतु हा सर्व परिसर दुष्काळी असल्यानं मिळणारी मदत ही पूरेशी नव्हती. तेवढ्या पैशात विकास शक्य नव्हता. हे गावकऱ्यांच्या लक्षात आल्यावर दुष्काळाशी सामना कसा करावा याबाबत सरपंच पंजाबराव पाटील व ग्रामपंचायत सदस्य, तसेच गावातील लोकांनी या चर्चेत भाग घेतला. परंतु मेळ मात्र बसत नव्हता.

तुयशीराम हा शिकलेला होता. घरीची परिस्थिती आधी बऱ्यापैकी असल्यानं तो नोकरी न करता शेतीच करीत होता. परंतु सातत्याने पाण्याचा दुष्काळ पडल्याने तोही इतरांसारखाच हतबल झाला होता. गावातील सर्व परिस्थिती त्याच्या डोळ्यासमोर होती. त्यानेही चर्चेत भाग घेतला. मिळणारी मदत तुटपुंजी होती. यामधून काहीतरी मार्ग काढणे आवश्यक होते. एवढेच नव्हे तर तर इथल्या लोकांचे उदरनिर्वाहाचे मुख्य साधन शेती व तीही केवळ पावसाच्या पाण्यावर अवलंबून होती. पिण्याचे पाणीसुद्धा पावसावरच अवलंबून होते. अशा या बिकट परिस्थितीत मार्ग काढणे म्हणजे एक दिव्यच होते. पावसाचे दिवस पुढे असल्याने या संधीचा फायदा घेण्याचे तुयशीरामने ठरविले.

दुसऱ्या दिवशी परत ग्रामपंचायतमध्ये बैठकीचे आयोजन करण्यात आले होते. सर्व गावातील लोकांचा जीवन मरणाचा प्रश्‍न ऐरणीवर असल्याने सर्व जातीने हजर होते. काहीतरी चांगला मार्ग निघून दुष्काळावर उपाययोजना निघावी असेच सर्व गावकऱ्यांना वाटत होते व ते वाटणे सहाजिकही होते. दुष्काळाने सर्व पोळले होते.

सभेचे अध्यक्ष गावचे सरपंच पंजाबराव पाटील यांनी स्विकारून सभेला सुरूवात केली. या संकटातून मार्ग काढण्याकरिता अनेकांनी आप-आपलं विचार मांडले. शेवटी तुयशीराम उभा राहला व या विशेष ग्रामसभेत मत मांडू लागला तो म्हणाला,

'कोरडवाहू शेतीचा अखंड विकास जर साधायचा असेल तर ज्यांच्याकडे कमीत कमी दोन एकर शेती आहे अशा शंभर शेतकऱ्यांच्या आर्थिक स्थितीचे परीक्षण करून त्यांना शेतीसाठी लागणारे अवजारे, बी-बीयाणे व सेंद्रिय खत

घेण्यासाठी आर्थिक मदत करावी. परंतु या सर्व शेतकऱ्यांनी त्या मोबदल्यात पाणलोट विकास कार्यक्रम अंतर्गत राहिलेल्या शेतीवर बंधारे बांधण्याकरिता शेवटपर्यंत मदत करावी. त्यासाठी अत्यल्प मजुरीसुद्धा द्यावी. याचा परिणाम पावसाचे पाणी रोखण्यात आपण यशस्वी होऊ व दुष्काळाची तीव्रता कमी करू. हे बंधारे बांधण्यास आपण कमी पडलो. म्हणून राहिलेल्या शेतीला बांधबंदिस्ती करिता योगदान द्यावे. आवश्यक त्या ठिकाणी नाला-बांध बांधल्यास पावसाचे पाणी अडविण्यात आपण यशस्वी होऊ. श्रमदान व सरकारी मदतीचा अशा स्वरूपात वापर केल्यास या पैशामधलेही काही पैशे शिल्लक राहिल्यास त्यामधील पंचवीस टक्के सरकारचे व स्वत: जवळील पंचाहत्तर टक्के पैशे खर्च करून दुधाळ गाई म्हशी खरेदी करता येईल. यामध्ये स्वत:चे पंचाहत्तर टक्के पैशे गुंतविल्याने प्रत्येकच जबाबदारीपूर्वक दुधाळ जनावरांची काळजी घेतील. असे केल्यास शेतीस उपयुक्त असे शेणखतही मिळेल व सेंद्रिय पद्धतीने शेती केल्यास उत्पन्नही वाढेल व खर्चाला आळासुद्धा बसेल. घेतलेले पीक कसदार राहिल. तसेच पिण्यास व शेतीस भरपूर पाणी मिळवून सातत्याने पडणाऱ्या कोरड्या दुष्काळास कायम स्वरूपात गावाबाहेर हाकलून लावू शकतो. कारण आजपर्यंत सरकारकडून मिळणाऱ्या पैशाचे प्रमाण जास्त व स्वत:चे भांडवल अत्यल्प असल्याने योजना कशा फेल ठरल्या हे विस्ताराने सांगून आपला विचार पटवून दिल्यानंतर खाली बसला.

या विचाराशी बरेच जण सहमत होते. तर काहीजण विरोधसुद्धा करीत होते. ही योजना सरपंच पंजाबराव पाटलांच्या लक्षात आली पण बरेच गावकरी असे करण्यास तयार नव्हते. शेवटी विरोधकांना पाटलांनी विचारले, "मग सांगा लोकहो ही योजना आपण सर्वांनी राबवायची काय? जर आपली अशीच हरकत राहत असेल तर आलेला दहा लाखाचा धनादेश सरकारी अधिकाऱ्याजवळ मी परत करतो. मग दुष्काळाच्या झळा आयुष्यभर सोसत रहा..."

जमलेले सर्वच आपसात चर्चा करायला लागले व चर्चेअंती तुयशीरामने सांगितल्या विचारानुसार करण्याचे ठरले. पाणलोट क्षेत्राच्या अंतर्गत शेतबंधारे बांधण्याकरिता ग्रामसभेमध्ये ठरलेल्या विषयाची माहिती जिल्हा कृषी अधिकारी व तालुका कृषी अधिकारी यांना सांगितली व त्यांच्या मार्गदर्शनाखाली हा कार्यक्रम राबविण्याचे सरपंच व ग्रामपंचायत सदस्यांनी ठरविले. ठरल्यानुसार कृषी अधिकारी यांनी त्यांच्या नेतृत्वात हिंगणा गावातील असणाऱ्या शेतीची पाहणी करून जवळपास चारशे हेक्टरवर शेतीला बांधबंदिस्त व चाळीस हेक्टरवर मातीचे चोवीस नालाबांध बांधले. सरकारी मदतीतील काही रक्कम शिल्लक होती. त्या रकमेतून अधिकाऱ्यांनी

गावातील लोकांचे केलेल्या आर्थिक सर्वेक्षणातून निवडलेल्या दोनशे शेतकऱ्यांना अत्यल्प दरात जातीवंत दुधाळ गाई व म्हशीचे वाटप केले.

सुरुवातीला या जनावरांचे संगोपनाचा त्रास झाला. परंतु आषाढ तोंडावर असल्याने सर्वांनी परिस्थितीला सामोरे जाण्याचे ठरविले होते. गावातल्या अनेकांना बी-बीयाणं, सेंद्रिय खते, शेतीसाठी लागणारे अवजारे पुरविल्याने प्रत्येक शेतीच्या तयारीला लागला होता.

पावसाला सुरुवात झाली होती. विशेष म्हणजे मागच्या वर्षी एवढाच पाऊस या वर्षी झाला परंतु, शेतीबंधारे, नाला बांध यामुळे पावसाचे पाणी अडविण्यात खूप मदत होती. जमिनीतील पाण्याच्या पातळीत भरपूर वाढ झाली. सारं रान हिरवगार झालं होतं. पाणी अडवून जिरविल्यामुळे कोरडवाहू पिकांमध्ये दुपटीने वाढ झाली. जनावरांसाठी मोठ्या प्रमाणावर हिरवा चारा उपलब्ध झाला. त्याचा परिणाम गाई-म्हशीच्या दूध उत्पन्नावर मोठ्या प्रमाणावर दिसून आला.

याआधी परिस्थितीतीचे अवलोकन केल्यास असे निदर्शनास आले की, जिथे १०० ते १५० लिटर दुधाचे प्रतिदिन संकलन व्हायचे परंतु आता मात्र प्रतिदिन दोन हजार लिटरपर्यंत दूध संकलन होते. यातून प्रतिदिन हजारो रुपये तर महिन्याकाठी लाखो रुपये आर्थिक उलाढाल गावातच व्हायला लागली. अनेकांच्या हाताला काम मिळालं. दुग्ध व्यवसायानेच गावकऱ्यांना दुष्काळातून वाचविले. शेतीव्यवसाय हा शुद्ध नफा म्हणून राहू लागला.

गावातील सर्व मंडळीची प्रामाणिक साथ मिळाल्यानं गावच्या पिण्याच्या पाण्याचा प्रश्नही सोडवता आला. तसेच गुराढोरांना मुबलक पाणी व चाऱ्याची व्यवस्था करता आली. गावातच काम मिळाल्यामुळे गाव सोडून जाण्याची पाळीसुद्धा टळली. शेतीव पशुपालन सुधारले, अनेकांच्या हातात पैसा खेळू लागला.

हिंगणा गावामध्ये हे सर्व शक्य झालं ते केवळ सर्व गावकऱ्यांच्या इच्छा शक्तीमुळे व तुयशीरामच्या मार्गदर्शनामुळे; दुष्काळाच्या भेगा बुजवून आयुष्य उभरण्याचं... चारा छावणीतून गुरांना मुक्त करण्याचं... पिण्याच्या पाण्याकरिता वनवन भटकणाऱ्या विद्यार्थ्यांच्या हातात पाण्याच्या कॅना सोडून हातात पुस्तक देण्याचं... व आटलेल्या विहिरीस भरपूर पाणी लावण्याचं कसब दाखवण्याचं...

दुष्काळाशी सामना करून स्वतःचही आयुष्य फुलविण्याचं...

***

९.
यशापयश

घरासमोरील मोकळ्या जागेत गाडी स्टँडला लावून उभी केली. संध्याकाळचे आठ साडेआठची वेळ झाली होती. बारा तासाचा दिवस संपलेला होता. बँकेमधील बैठं काम व लांब अंतरावर असलेलं घर त्यामुळे होत असलेल्या गाडीच्या प्रवासानं सतीशला खूप आखडल्या सारखं झालं होतं. तसं हे त्याच्याकरिता नवीन नव्हतं. रोजचाच हा त्रास सहन करावा लागत होता. बँक आटोपल्यानं यावेळेस कुठलीही घाई नसल्यानं शांतपणे घराच्या दाराकडे पावलं चालत होती. वाडीमधील बुलंद भवन. परंतु नावाप्रमाणं काही एक मात्र शिल्लक त्यात राहिलं नव्हतं. खिडक्या दरवाजे खिळखिळे झाल्यानं बिजागिऱ्यामध्ये कितीही तेल सोडलं तरी जो आवाज यायचा तो येतच होता. बऱ्याच दिवसापासून रंगरंगोटी न झाल्यानं भवनाच्या भिंती भकास वाटत होत्या. भवनाच्या आत उंदीर... झुरळाचं... तर बाहेर कातनीचं साम्राज्य असं हे वातावरण अवती-भोवती असल्यानं स्वच्छतेला फार काही वाव नव्हता. किती स्वच्छ करण्याचा प्रयत्न केला तरीही मधून-मधून दुर्गंध हा येतच होता.

खामगाव सारख्या मोठ्या शहरातलं शेवटच्या कोपऱ्यातला हा भाग वाडी या नावानं ओळखला जात होता. शेवटची ही बिल्डिंग. नाव बुलंद भवन. परंतु नावाप्रमाणे त्यात काहीच शिल्लक नसलेलं. असं हे या वस्तीतलं भकास भवन. खरं तर शहरात ज्यांना राहणं परवडत नाही अशा करिता वाडीतील स्वस्त व जुजबी सोई उपलब्ध असलेल्या भवनापैकी हे एक भवन... रजत नगरी ह्या नावाने खामगाव पुढारलेलं शहर.. परंतु त्याचा हा शेवटचा लांब अंतरावरील दुर्लक्षित असलेला भाग होता. अनेक सोईपेक्षा गैरसोईच जास्त असलेला. अर्थात मागास भाग. इथे वास्तवास असणारी सर्व माणसे ही मागासलेलीच होती? हे मात्र प्रश्नचिन्ह होतं.

सतीश हा अर्बन बँकेत ऑफिसर होता. त्याच्याकडे पाहतांना खूप बरं वाटायचं. कारण त्याचेकडं नोकरी होती. तो ज्या बँकेत नोकरीस होता त्या बँकेनं

आजवर भागधाकांना लाभांश व कर्मचाऱ्यांना बोनस दिलेला नव्हता. कधी एके काळी दिला होता असे म्हटलं जातं. पण ते कुणाला फारसं आठवत नव्हतं. हीच परिस्थिती पगारवाढीची... अशा या डबघाईला आलेल्या बँकेत पगार मात्र खूपच कमी. आणि काम मात्र भरपूर होतं... ह्या पगारातून फक्त एकच साध्य होत होतं ते म्हणजे कुटुंबाच्या जेमतेम गरजा पूर्ण होत होत्या. हौस-मजा खूप अंतरावर असल्यानं त्या दुर्लक्षित कराव्या लागत होत्या. दुसरीकडे नोकरी शोधूनही मिळू शकत नव्हती. अनेक बेरोजगार रस्त्यावरू आल्यानं ही नोकरीसुद्धा टिकवून ठेवणे गरजेचे झाले होते. नोकरी टिकवितांना एवढा आटापिटा करावा लागत होता की, तेवढ्याच तुटपुंज्या पगारात कधी-कधी चौदा ताससुद्धा काम करावं लागत होतं. अनेक वरिष्ठांची मर्जी राखावी लागत होती. खरं तर नोकरीमागचं सत्य एकच होतं ते म्हणजे पगारावर कुटुंब पूर्णपणे अवलंबून होतं.

घर वरच्या मजल्यावर असल्यानं जिन्याच्या पायऱ्या चढत असतांना बँकेने दिलेला हजार-बाराशे रुपये किमतीचा मोबाईल खिशातून सतीशनं काढला होता. तो मित्राला- मिस कॉल करण्याकरिता. पगारामध्ये जास्तीचं बिल भरणं अवघड असल्यानं मिस कॉल दिल्याशिवाय दुसरा पर्यायच शिल्लक नव्हता. म्हणून कॉल करण्याकरिता खिशातला मोबाईल हातामध्ये होता. तोच बाजूच्या घरातील साठे बाहेर जाण्याकरिता मध्येच भेटल्याने त्यानं हातातल्या मोबाईल पाहताच हसला... व म्हणाला, "काय साहेब हा चिल्लर मोबाईल वापरता... आपण एवढ्या मोठ्या बँकेत नोकरीस असतांना..." साठेंचं हे बोलनं ऐकून सतीशला तसं वाईट वाटलं. परंतु इलाज खुंटलेला असल्यानं तो काही बोलू शकला नाही. फक्त एवढचं म्हणाला, "कशाला उगीच खर्च करायचा" ...वास्तविक पाहता प्रत्येकवेळी आपली सांपत्तिक स्थिती व नोकरीबद्दल बोलायचं नसतं. त्यामुळे इतरांपेक्षा आपणास व घरच्यांनाच या गोष्टीचा जास्त त्रास सहन करावा लागतो. हे त्याला नीट माहित होतं.

लग्न झाल्यावर लग्नात मिळालेल्या घर सजावटीच्या वस्तू मोठ्या हौशीनं लावल्या होत्या. परंतु त्या तशाच मोडकळीस आल्या होत्या. परत त्याकडे पाहण्याची फुरसत झाली नाही व त्या दुरूस्तही केल्या गेल्या नाही. कारण मिळणारा पगारचतेवढा असल्यानं...

दाराजवळ येऊन पत्नी सरितास आवाज दिला. तिने हो म्हटले... ती किचनमध्ये काम करत असल्यानं तिला यायला थोडा वेळ लागला. सतीश दाराशी होतो तसाच उभा होता. काम करून तोही खूप थकल्यानं पुढचं तोही काही बोलू शकला नाही. तिनं दार उघडलं... फक्त एकमेकांच्या नजरेला नजर मिळाली. न बोलता सतीश आत आला. तसाच तो लोखंडी कॉटवर बसला होता. आशाळभूत

नजरेने त्याने पत्नीकडे पहात डोक्याला हात लावत डोळे मिटून घेत दोन्ही पायाच्या टोंगळ्यामध्ये डोकं खुपसून बसला.

जय व विजय अशी दोन मुलं. विजय लहान असल्यानं बहुधा त्याची भूक न झाल्यानं तो चिडचीड करत होता. त्याच्या रडण्याचा आवाज येत असूनही सतीशनं त्याला आवाज दिला नव्हता. कदाचित त्याच्या आवाजानं तो शांतही झाला असता. परंतु असं झालं नाही. रोजच्यापेक्षा जास्त काम केल्यानं तो आज खूप कंटाळलेला होता. अकाली वृद्धत्व आल्यासारखा... जसा कॉटवर बसलेला होता तसाच तो शांत होता. किचनमधला आवाज त्याला ऐकू आला. थोड्या वेळानं त्याच्या जवळच काहीतरी आवाज आल्यानं सतीशनं डोळे उघडून पाहिलं तर चालण्याचा आवाज लक्षात आला. त्यावरून त्यानं ओळखलं होतं की, सरिता आपल्याकडे चहा घेऊन आली असणार. त्यानं तिच्याकडे पाहिलं. निस्तेज चेहरा, विस्कटलेले केस, अंगावर जुनीच चुरगळलेली साडी, मनाच्या तळाशी गेलेल्या आशा, आकांक्षा, एकाएकी संसाराच्या जड ओझ्यानं वाकलेली कंबर, अन् स्वातंत्र्यात गुलाम झाल्याची तिची नजर पाहून मनामध्ये कसंतरीच झालं.

ती लग्नाला तयार झाली होती कारण त्यावेळी चांगल्या कंपनीत नोकरी असल्यानं. परंतु पुढं हे असं भोगावं लागेल हे तिनं स्वप्नातही पाहिलं नसेल... बाजूलाच गर्व्हमेंट पॉलिटेक्निक व वरिष्ठ महाविद्यालय होतं. यात बाहेर गावारून शिकायला आलेले विद्यार्थी असल्यानं त्यांचे जेवणाचे डबे करून देत असल्यानं थोडाफार घरबसल्या चार पैसे कमावून संसाराला ती हातभार लावत होती. दिवसभर किचनमध्येच वेळ जात असल्यानं तिचं शरीर पाहिजे तसं साथ देत नव्हतं. अशा स्वरूपाचं काम तिनं याआधी कधीच केलं नव्हतं. त्याचाच हा परिणाम होता. कधी ताप, कधी सर्दी तर कधी डोकेदुखीने ती बेजार असायची. त्यातल्यात्यात दोन लहान मुलांचा सांभाळ करून तिला हे सर्व करावं लागत होतं. त्यामुळंच तिच्या त्रासात घट होण्याऐवजी वाढच दिसत होती.

सरितानं हात पुढं करून चहा घ्या असं बोलता बरोबर सतीशच्या मनातील विचार मनातचं विरला होता. एकाएकी वावटळ सुटावी नि ती एकाएक शांत व्हावी असंच काहीसं झालं होतं. लगेच त्यानं हात पुढं करून सरिताच्या हातातला चहाचा कप आपल्या हातात घेतला. तिच्याकडं पाहत थोडं स्मित केलं. तेवढ्यानं तिला बरं वाटलं की जणू काही दिवसभराचा आलेला क्षीण गेल्यागत झाला. खरं तर त्यानं औपचारिकता म्हणून स्मित केलेलं नव्हतं. त्यालाही तिच्या श्रमाची कदर होती. परंतु आहे त्या पगारात –संसार चालत नसल्यानं त्याला हे सर्व नाईलाजास्तव मान्य कराव

लागत होतं... ती त्याच्या समोर असलेल्या लाकडी खुर्चीत बसली. काय बोलायचं म्हणून ती म्हणाली, ‘काय म्हणते काम?’’

‘‘ठीक, चाललंय...’’

‘‘मॅनेजरला आवडलं की नाही तुझं काम?’’

‘‘हो. गेल्या दोन दिवसापासून हिशोबात पडलेला फरक दिलायं शोधून. त्यामुळं ते एकदम खूष होते. आज माझ्यावर.’’

‘‘बाकी लोकांच कामात लक्ष आहे ना.’’

‘‘हो. पण...’’

‘‘बोल की, पण काय?’’

‘‘अग बारा बारा तास काम करूनही मॅनेजर जेव्हा एकेरी भाषेवर येतो ना, तेव्हा मात्र खूप लोकांच्या जिवावर येते. पण ते बँक सोडूनही जाऊ शकत नाही. सर्वांच्याच बाबतीत असं झालं की, धरलं तं चावते अन् मोकळं तं पळते... अशी गत झाली...’’

हे ऐकून सरिता काही वेळ शांत बसून होती.

ती पुढं म्हणाली, ‘‘इतकं काम तू करतो तर पगारवाढीबद्दल कधी विचारले की नाही? हे असं किती दिवस चालायचं...? कंटाळा आला या जगण्याचा... हे सर्व सोसण्याचा...’’

या प्रश्नानं सतीश सुन्न झाला होता. कारण बँकेत दहा संगणक आणल्यानं सध्या चारांच काम एक संगणक करत असल्यानं जवळपास चार ऑफिसर व बारा कर्मचाऱ्यांना कामावरून कमी केलं होतं. त्यात सतीशचाही नंबर लागणार होता. परंतु आहे ती परिस्थिती मॅनेजरच्या लक्षात आणून दिल्यानं व पगारवाढ मागणार नाही या अटीवर त्याला ठेवलं होतं. त्यामुळे पगारवाढ हा विषयच त्याच्या डोक्यामधून गेला होता. नोकरी गेली नाही यातच तो धन्यता मानत होता. ही सर्व परिस्थिती त्याने सरिताच्या पुढं कथन केली.

सरिता हे सारं शांतपणे ऐकत होती.

सतीशच्या मनात अनेक विचार येत असतांना ह्या सर्व विवंचनेत तो चहाचा कप हळूहळू खाली करत होता. बाहेरून आवाज आला, ‘‘वहिणी ऽऽ...’’

‘‘बघ बरं कोण आहे.’’

‘हो.’ आले ऽऽऽ... आलेऽऽऽ...’’

दार उघडल्याबरोबर साठे ताई सरितास दिसल्या.

‘‘या ना ताई... काय काम काढलं?’’

‘‘काही नाही, उद्याला चालणार काय आनंदसागरला?’’

लगेच सरिताने मुलांच्या तब्येतीचं कारण पुढं करून नकार कळविला.

या दोघींचही बोलणं सतीशनं ऐकलं तरीही निरर्थकपणे त्यानं विचारलं.

"मग? काय ठरवलयं?"

"मी त्यांना मुलांच्या तब्येतीविषयी सांगून नकार कळवला... आपली आधीच मोडकळीस आलेली ही अशी आर्थिक परिस्थिती. त्यामध्ये मी आणखी भर कशी टाकणार?" ... नंतर पुढे ती म्हणाली, "मुलांच्या जेवणाचे डबे नाही तयार केले तर आणखी एका नुकसानीला सामोरे जावे लागणार. तिथे गेल्यानंतर तिथला अधिक होणारा खर्च. ऐन वेळेवर आणखी काही खर्च समोर आल्यास त्यांना नाही म्हणता येणार नाही. शिवाय आपल्या मुलांना इथल्या मुलांमध्ये मिसळू द्यायचं की नाही हाही फार मोठा प्रश्नच... आधीच हा भाग असा. इथल्या बऱ्याच लोकांचं, मुलांचं बोलणं-चालणं पाहून...' सतीशने लगेच विषयाला कलाटणी देत बोलला, "वास्तविक पाहाता आपणसुद्धा या आधी कधी असं बाहेर फिरायला गेलो नाही, विरंगुळा म्हणून तरी एखाद्या वेळेस बाहरे पडावं. तेवढ्यानं मन ही मोकळं होतं व आलेला मानसिक थकवा दूर होतो. असं मलाही वाटतं पण... बरं..."

"तुझी तब्येत कशी काय?"

"माझ काय हे आता नेहमीचचं झालं डोकं दुखणं, ॲसिडिटी वाढणं, ताप येणं..."

खरं तो तिला विश्रांती घेण्याचा सल्ला देऊच शकत नव्हता. त्याला माहित होतं जर का विश्रांती घे असं म्हटलं तर मुलांचे जेवणाचे डबे उद्या पासूनच बंद होतील. कितीतरी मोठं नुकसान सोसावं लागणार याची पूर्व कल्पना होती. एकतर पगार कमी आणि तेही नियमित होत नसल्यानं अधिकच काळजी. किराणा बिल, घरभाडे, लाईटबिल व इतर काही खर्च होते की ते जर का वेळेवर दिले तरच पुढचा कार्यभार चालत होता. त्यामुळेच इच्छा असूनही त्याला ह्या यातनांना सामोरे जावे लागत होतं. तात्पुरता इलाज फक्त एवढाच होत तो म्हणजे मेडीकल दुकानामध्ये जाऊन तात्पुरतं औषध घेऊन यायचा. कारण डॉक्टरच्या फीमध्ये औषध येत असल्यानं तो डॉक्टरचा सल्लाही त्याला परवडण्यासारख नव्हतं. त्यामुळे सरिता असेच दिवस पुढं लोटत होती. सर्व दुखणं अंगावर काढत होती. काय करणार? तोच सरितास आठवलं ती म्हणाली, "टाकळकर सरांचा निरोप होता की, मागच्या वर्षी जयने त्यांच्याकडे तबल्याचा क्लास लावला होता. तो सर्व मुला-मुलींच्या तुलनेत उत्कृष्ट तबला वाजवीत असल्यानं त्याला यावर्षी पाठवून द्या. तो तबला वादनात आपल्या सर्वांचंच नाव काढेल..."

टाकळकर सरांनी सांगितलेला निरोप सरितानं सांगितला. मात्र त्यावर काहीही प्रतिक्रिया व्यक्त न करता सतीश तसाच गप्प बसून होता. सरिताने रिकामा कप उचलून किचनमध्ये घेऊन गेली. आर्थिक विवंचनेमुळे दोघांच बोलणं आता पहिल्यासारखं राहिलं नव्हतं. फक्त कामापुरतच बोलणं होतं. कधी-कधी तर फक्त नजरेनेच ते समजून घेत असत. हे फक्त दोघांपुरतच मर्यादित नव्हतं तर मुलांशीसुद्ध मोकळेपणानं हसणं, बोलणं जवळजवळ बंद झालं होतं. दररोजचा नित्यक्रम तोच- सकाळी लवकर ड्युटीवर जाणं व संध्याकाळी उशिरा घरी पोचणं. त्यामुळे मुलांशी हितगुज साधताच येत नव्हतं. एखाद्या वेळी मुलं जागी असली तरी त्या दिवशी बोलण्याचं मूड असेलच, हेही सांगता येत नव्हतं.

सतीश आज चांगलाच अस्वस्थ झाला होता. त्याचं आयुष्यच पार बदलून गेलं होतं. बहरलेल्या वाटेवरून तो काटेरी वाटेचा वाटसरू झाला होता. परंतु असा वाटसरू होणे वाटतं तेवढं सोपं नव्हतं. अशा वेळी जीवनाचा खरा कस लागतो. दोघांच्याही लक्षात आलं. पण करतील काय? वास्तविक पाहता बी.कॉम. प्रथम श्रेणीत. एम.बी.ए. (फायनान्स) मधील पदवीसुद्धा प्रथम श्रेणीत असूनही त्याचे एवढे हाल व्हायला नको होते. हे सर्वकाही घडलं त्याच कारण होतं जागतिक मंदीचा फटका? की गव्हर्मेंटचे नोकरभरतीत झिरो बजेट आल्यानं...?

चांगल्या चांगल्या कंपनीतून त्याला बाहेर यावं लागल्यानं ही मरतुकडी नोकरी स्विकारावी लागली होती. बजाज, रिलायन्स, महिन्द्र ॲन्ड महिंद्र अशा एक सरस कंपनीत भरपूर पगाराची नोकरी त्यानं केली होती. शहराच्या मध्यभागी असलेल्या रेसिडेन्सीमध्ये वास्तवास असलेल्या सतीशला आज या मोडकळीस आलेल्या भकास जागी राहण्याची पाळी आली. परिस्थितीशी दोन हात करता करता सरिता मेटाकुटीस आली होती. हे सर्व आता तिला सोसण्या पलीकडचं झाल्यानचं तिचीही तब्येत त्यामुळं बिघडतच चाललेली होती. चांगल्या वातावरणात वाढलेल्या मुलांनासुद्धा ह्या अशा जगण्याने ते कंटाळवाणी झाले होते.

जीवन जगत असताना अनेक सुख-दुःखांना सामोरे जावं लागतं हे जरी खरं असलं तरीसुद्धा प्रत्येक गोष्टीला सीमा असतात. आता फक्त केवळ जगण्यासाठीची लढाई ते लढत होते. अशा वेळी कोण मदत करणार? दुःखानं त्यांना चारही बाजूंनी घेरलं होतं. त्यामधून बाहेर पडण्याचा मार्गही त्यांना सापडत नव्हता. खरं तर ही त्यांची आता मूलभूत अस्तित्वासाठीच लढाई चालू होती. अशा विचारात ते होते तसेच बसून होते. रात्र खूप झाल्यानं जय विजय ही दोघं केव्हाच झोपी गेली होती. शेवटी सतीशने बसल्या-बसल्या कॉटवर डोक्याखाली उशी लावून अंग टाकलं.

सरिताने फ्रिजमधली पाण्याची बाटली काढून घेतली. तिनं खुर्चीमध्ये बसून ॲसिडिटीचे औषधं घेतलं व तिही झोपण्याच्याच तयारीत होती. कारण दिवसभर तिच, मुलांच, नवऱ्याचं, उरलं-सुरलं बाहेरच्या मुलांच्या जेवणाच्या डब्याचं करता-करता खूप दमली होती. आणि त्यात तब्येत ही अशी.

सतीश डोक्यावर हात ठेवून हळूच डोळे लावले होते. तेवढ्यात मोबाईलची रिंग वाजल्याचा आवाज आला. मोबाईल टेबलवर ठेवला असल्यानं त्यानं तो घेण्याचा कंटाळा केला. कारण रॉग नंबर असल्याचं त्याला वाटले होतं. बँकेत लागल्यापासून त्याने मित्रांना फोन करणं जवळजवळ बंदच केलं होतं. त्याचप्रमाणं आलेला फोन उचलनही बंद केलं होतं. काय बोलणार मित्रांशी? काय सांगणार त्यांना तोच तो कंटाळवाणी असलेला विषय. त्यांचा आनंद कशासाठी हिरावून घ्यायचा. असे एक नव्हे तर अनेक प्रश्नं असल्यामुळे त्यानं सगळं सोडलं होतं.

मोबाईलची रिंग सारखी वाजत होती. अखेर त्याने विचार केला नेमका कुणाचा फोन आहे पाहूनच घेऊ. तो टेबलजवळ गेला व मोबाईल उचलून नंबर पाहिला तर तो नंबर स्थानिक असल्याचं लक्षात आलं. फोन स्थानिक असल्यानं त्यानं तो कॉल स्वीकारला.

“हॅलो, सतीश पाटील का?”

“हो. आपण कोण?”

“मी संध्यानंद?”

“कोण संध्यानंद?”

“संध्यानंद दातार.”

“ठीक आहे, बरं काय काम आहे?”

“काम तसं खूप महत्त्वाचं आहे. ते तुमच्या शिवाय होऊच शकत नाही. म्हणूनच फोन केला.”

“अहो, काम तर सांगा?”

“हो साहेब, आमच्या कॉलेजच्या स्नेहसंमेलनात प्रसिद्ध हास्यसम्राट कवी अरविंदजी भोंडे यांची प्रगट मुलाखतीचा कार्यक्रम आयोजित केला असून त्यांची मुलाखत घेण्यासाठी आपलं नावं आम्ही सुचवलं असून त्याला सर्वानुमते मंजुरीसुद्धा मिळाली आहे. याल ना मुलाखत घेण्यासाठी?”

अरविंदजी भोंडे हे नाव ऐकून सतीश एकदम भूतकाळात गेला. कारण भोंडे साहेबांच्या अनेक हास्य कवी संमेलनाच्या कार्यक्रमाचं संचलन सतीशनं केलेलं होतं. रसिकांना खळखळत हसवता हसवता रडवण्याचं ही काम भोंडेजींनी केलं होतं.

रसिकांच्या मनाचा ठाव घेण्यात ते एवढे निष्णात होते की, कार्यक्रम संपल्यानंतर त्यांच नाव रसिकांच्या ओठी ऐकू यायचं. सतीशची आणि त्यांची भेट अंकुर साहित्य संघाच्या सुवर्ण महोत्सवी कार्यक्रमात झाली होती. सतिशला हास्य, व्यंग, वास्तवतेच्या कविता खूप आवडायच्या त्यामुळे अरविंदजींच्या कार्यक्रम ज्याही ठिकाणी असायचा त्या ठिकाणी तो हमखास कार्यक्रमास हजेरी लावायचाच. असे अनेक कार्यक्रम ऐकल्यामुळं त्याच्या अनेक हास्य, व्यंग कविता तोंडपाठ होत्या. विशेष म्हणजे हास्य कवी म्हणून अरविंदजी भोंडे एवढे प्रसिद्ध होते की, शहर काय अन् खेडं काय त्यांच्या कार्यक्रमास भरगच्च गर्दी असायची. मग बऱ्याच कार्यक्रमाच्या उत्कृष्ट सूत्रसंचालनाकरिता सतिशचं नाव पुढे आलं व ते तेवढ्याच विश्वासानं काय केलं. बरेच वर्ष त्यांच्यासोबत उत्कृष्ट सूत्रसंचालनाच काम करत असतांना उत्कृष्ट सूत्रसंचालक म्हणून सतीश नावारूपासही आला होता. यामुळे त्याचे अभ्यासातले लक्ष बऱ्याच प्रमाणात कमी झाले होते. त्याला ज्या ठिकाणी नोकरी करावयाची होती त्या ठिकाणापर्यंत तो पोहचू शकला नाही. म्हणून त्याने तेव्हापासून अशा कार्यक्रमाची जणू काही फारकतच घेतली होती. त्याचं वैयक्तिक आयुष्य सावरण्यापेक्षा विस्कटलचं जास्त होतं. तेव्हापासून त्यानं कार्यक्रमाला जाणं बंद केलं होतं व अभ्यासाकडे पूर्ण लक्ष केंद्रीत केल्यानं आवड असूनही दुर्लक्ष केलं. यामुळे त्याच्या आयुष्यातलं हास्य, व्यंग काव्य हरवल्यासारखं झालं होतं. भूतकाळातल्या अनेक आठवणी त्याला जागं करीत होत्या. तो एकदम भानावर आला व 'हॅलो' तोच संध्यानंद दातार म्हणाला, ''ऐकू येतनं सर.''

''होऽऽ... होऽऽ. पुढं बोला.''

''यालं ना सर भोंडेजींची मुलाखत घेण्यास...''

''अरविंदजी भोंडे''

''हो सर, ते हास्यसम्राट कवी अरविंदजी भोंडे आहेत. बऱ्याच वर्षांनी ते आपली प्रगट मुलाखत देण्यास तयार झाले. ते वाडी येथे त्यांच्या सासऱ्यांकडे काही कामानिमित्त चार दिवस मुक्कामी असल्यानं व आमच्या संस्थेच्या अध्यक्षांनी स्वत: त्यांची भेट घेतल्यानं ते तयार झाले. वास्तविक पाहता त्यांनी हे कार्यक्रम बंद केले असून सध्या ते कोणत्याच कार्यक्रमासही जात नाही. परंतु एवढ्या मोठ्या संस्थेच्या अध्यक्षांनी गळ घातल्यानं ते या कार्यक्रमास येण्यास तयार झाले. म्हणूनच मी आपणास विनंती करतो की आपण जरुर-जरुर यावं. आपल्या शिवाय दुसरं कुणीही त्यांची मुलाखत घेऊ शकणार नाही याची मला खात्री आहे सर. कारण आपण त्यांच्या सोबत भरपूर काळ घालवलेला आहे हे आम्हास माहीत आहे. म्हणूनच ही

काव्य रसिकांसाठी चांगली मेजवानी ठरणार आहे.''

सतीश संध्यानंद दातारांचं बोलणं लक्षपूर्वक ऐकत होता. त्यालाही मनातून खूप आनंद झाला होता. जुन्या आठवणींना तो उजळा देणार होता. नवा उत्साह त्याच्या मनात संचारला व त्या सोबतच नवी उर्जा तयार झाली व लगेच कार्यक्रमाला येण्याचं दातारांना सांगून टाकलं...

या फोनमुळे त्याचा, थकवा क्षीण, मरगळ सारं काही एका झटक्यात जणू काही पळून गेलं होतं. त्याला फक्त आठवत होत्या त्या हास्य, व्यंग कविता... आणि अरविंदजी भोंडे... खरं तर त्याला भोंडे साहेबांचा स्वभाव आवडलेला होता. कारण ते कोणाच्याही दबावात न येता कविता सादर करायचे... कधी-कधी तर आयोजकांचं चुकलेलं असलं तर त्यांचाही समाचार ते हास्य व्यंग कवितामधून बिनधास्तपणे घेत असत. त्यांची एक वैचारिक पातळी होती त्याच पातळीपर्यंत ते विनोद करायचे. त्यामुळे ते लोकप्रिय कवी म्हणून रसिकांच्या हृदयावर अधिराज्य गाजवत होते. त्याला रसिकवर्गही तेवढ्यात ताकदीनं दाद देत होते. सतीशने लगेच दातारला मुलाखत घेण्यास केव्हा यावं लागेल? असं विचारताच संध्यानंद म्हणाला सर उद्या रात्री नऊला...

सतीशनं हो म्हटल्यामुळे संध्यानंदला खूप आनंद झाला होता. त्याने सतीशचं फोनवरच आभार मानले आणि तारीख, वार, वेळ, ठिकाण सांगून मोबाईल बंद केला. जसा मोबाईल बंद केला तोच सतीशनं कपाट उघडून जुने लेटरबुकं शोधायला सुरूवात केली. कारण जवळपास चार-पाच लेटरबुकांमध्ये अनेक चांगल्या हास्य कविता लिहिलेल्या होत्या. काही कविता तर अशा होत्या की, कार्यक्रमामध्ये त्या कविता ऐकविल्या नाही तर मुद्यामहून रसिकांमधून त्या कवितांची आवड कळविल्या जात होती. अशा अनेक कविता एकापेक्षा एक सरस होत्या. अरविंदजींनी फक्त मुखडा जरी म्हटला तरी पुढचे शब्दन् शब्द आठवत होता. या कार्यक्रमाचं सतीशला निमंत्रण मिळाल्यानं जणू काही बऱ्याचं दिवसाची हरविलेली वस्तू अचानक सापडल्याचा आनंद त्याच्या चेहऱ्यावर ओसंडून वाहत असतांना दिसत होता.

सकाळी कार्यालयात जाण्याआधी सरितास गडबडीमध्ये कार्यक्रमाचेसंबंधी कल्पना दिली. आठला कार्यालयामधून सुटी होत असल्यानं कविता लिहिलेल्या चार-पाचही जुने लेटरबुक शबनम पिशवीमध्ये कोंबून सोबतच घेऊन गेला होता. कार्यालयातून कार्यक्रमाच्या ठिकाणवर तो बरोबर पंधरा मिनिटं आधी पोचला. अरविंदजी साळ्या सोबतच आले होते. अरविंदजीचं वय जरी झालं असलं तरीसुद्धा त्यांच्या डोळ्यात एकप्रकारचा करारीपणा असल्याचं जाणवत होता. खोट्या घटनांना त्यांच्यापुढं थाराच नव्हता. हास्य कवितेच्या माध्यमातून सत्य बाजू मांडण्यात ते

खूपच पटाईत होते. वय खूप झालं होतं आणि बरीच वर्ष सोबत नसल्यानं अरविंदजींनी सतीशला ओळखलं नव्हतं. त्यात त्यांचीही काही चूक नव्हती.

सतीशची तब्येत खूपच खलावलेली होती. पूर्वीचा सतिश आणि आताचा सतीश यात आकाश धरतीचे अंतर. बँकेतल्या या नोकरीनं त्याच्यांच काय तर संपूर्ण कुटुंबाची वाट लागलेली होती. फक्त दिवस ढकलण्या पलीकडे दुसरी कुठलीच गोष्ट साध्य नव्हती. अशा या किरकोळ शरीराचा, निस्तेच चेहऱ्याचा मुलगा पाहून अरविंदजींनी सतिशकडे पाहिल्यानंतर हा मुलगा आपली काय मुलाखत घेणार? असेच त्यांना मनातून वाटल्याचे जाणवले होते. तरीसुद्धा त्यांनी विचारले, "काय हा तरुण माझी मुलाखत घेणार...?"

आयोजकांनी सतीशची ओळख करून दिली व आपली मुलाखत घेणार असल्याचे सांगण्यात आलं. अरविंदजींनी ठीक म्हटलं. कार्यक्रमाची वेळ झाली होती. अरविंदजीची मुलाखत व हास्य, व्यंग कवितांचे सादरीकरण असल्यानं रसिक श्रोत्यांच्या आनंदाला उधाण आलं होतं. कधी कार्यक्रमास सुरुवात होते ह्याची आतुरतेने वाट पाहत कॉलेजच्या प्रांगणात भरपूर गर्दी झाली होती. दूर दूरपर्यंत माणसांचा आवाज येत होता. संस्थेच्या अध्यक्षासह सर्व पाहुणे मंडळी अरविंदजींना मंचावर घेऊन आली होती त्यांच्या सोबत सतीशही होता. कार्यक्रमाच्या आधी सत्कार सोहळा आटोपला. या सोहळ्यानंतर मंचावर फक्त अरविंदजी व सतीश असे दोघेचं थांबले. एक माईक अरविंदजीकडे तर दुसरा माईक सतीशकडे देण्यात आला होता. सतीशच्या हाती माईक दिल्या बरोबर त्याने एक मोकळा श्वास सोडला व अरविंदजी आणि जमलेल्या रसिकश्रोत्यांकडे नजर टाकली. कारण बऱ्याच वर्षानं त्यानं हातात माईक घेतला होता. त्याला आज खूप बरं वाटत होतं. एका मोठ्या संकटातून सुटल्यानंतर मनाला जसं वाटतं तस्याच स्वरूपाचं सतीशला झालं होतं. त्याची ही अवस्था पाहून अरविंदजींना मनात हसू आलं होतं. तोच पूर्वी ज्या थाटामाटात कवितेच्या ओळी सोबत घेऊन विशिष्ट शैलीत रसिकांचं स्वागत करायचा अगदी त्याच शैलीत त्यानं सर्वांच स्वागत करून अरविंदजींचंसुद्धा स्वागत केलं. अशा या दिमाखदार सोहळ्याची ही दिमाखदार सुरूवात झाल्यानं उत्स्फूर्तपणे प्रचंड टाळ्या वाजल्यानं अरविंदजींनासुद्धा एक मोठी ऊर्जा मिळाली होती. त्यांची विशिष्ट शैलीत ओळख करून दिल्यानं एक वेगळाच असा उत्साह श्रोत्यांसोबतच दोघांमध्येही संचारल्यासारखा वाटत होता. पुढचं बोलण्याआधीच सतीशनं त्याचं तीस-पस्तीस वर्षा आधीची गाजलेल्या कवितेच्या ओळी सांगून ही हास्य कविता सादर करण्यास अरविंदजींना निमंत्रित केलं होतं. कारण तीच कविता त्या काळापेक्षाही आज अधिक

महत्त्वाची ठरणार होती. अरविंदजी जेव्हा कविता सादर करण्यास व विचारलेल्या प्रश्नांची समर्पक उत्तरे देऊन कविता सादर करण्यास तयार होते. ही कविता त्यांना एवढी आवडलेली होती की, समाजाचं वास्तव जीवन त्यांनी त्यामध्ये रेखाटले असल्यानं त्यांचा चेहरा एकदम खुलला व नकळतपणे त्यांच्या तोडून "वाह! बहुत बढिया!" असं म्हणत त्यांनी कविता सादर केली.

हळूहळू सतीशनं त्याच्या एकापेक्षा एक रसिकांना भावलेल्या कविताविषयी विचारलेल्या प्रश्नांची उत्तरे मनमोकळं करून अरविंदजी बोलायला व कविता सादर करायला लागले होते. सतीशनं त्यांना बोलतं केलं व आजच्या व कालच्या परिस्थितीचा आढावा घेत काव्य निर्मितीबाबत तसेच आजच्या कविचा समाजात होत असलेला थट्टेच्या विषयाची कारणं व आजची असलेली स्थितीसंदर्भात एकापेक्षा एक प्रश्न विचारित गेला व तेवढ्याच कसदार हास्य कवितासुद्धा सादर करावयास लावल्या. कार्यक्रमास सुरूवात होऊन अडीच तास झाले होते. मात्र हे अडीचतास कसे निघून गेले हे रसिक श्रोत्यांना कळलं सुद्धा नाही. जेव्हा सतीशनं सांगितलं की, अरविंदजी तुम्हाला मी हा शेवटचा प्रश्नं विचारतो तेव्हा मात्र रसिकांना मनाचा ठाव घेणाऱ्या "कोण म्हणते भारत महान नाही...?" या कवितेने केला प्रचंड टाळ्यांच्या गजरात कार्यक्रमाची सांगता झाली व दोघांनीही श्रोत्यांचे आभार व्यक्त करून मंच सोडला.

बऱ्याच वर्षांनी अरविंदजी एवढ्या चांगल्या मूडमध्ये होते. हास्य कवितेबद्दल आजच्या असणाऱ्या कवितेबाबत सर्वांनीच भरभरून बोलतांना अरविंदजींना पाहिलं होतं. अरविंदजींनी सतिशला कडकडीची मिठी मारली. बऱ्याच वर्षानं पाहिल्यानं ओळखलं नव्हतं ह्याची जाहीर कबुलीसुद्धा दिली. जेव्हा सतीश अरविंदजींशी बोलायला लागला व भूतकाळातील एक एक आठवण सांगायला लागला तेव्हा दोघांच्याही डोळ्यांतून अश्रू आले होते... क्षणभर थांबून सतीशनं अरविंदजींना निरोप दिला व घराचा रस्ता धरला. घराचा रस्ता तो झपाझप चालत होता. तो त्याचं सर्व काही विसरल्यानं वेगळ्याच धुंदीत घरापर्यंत पोचला होता. दरवाज्यापर्यंत येऊन उभा राहला व सरितास हाक मारली, "ए सरिता, मी आलोय..."

सरितानं दारं उघडलं. या...

सतिशनं विचारलं, "आटोपली का तुमची जेवणं? नाहीतर सोबतच जेवण करू..."

हा एवढा अंधुक प्रकाश का? लाईट का बरं नाही लावला? असे एक नव्हे तर अनेक प्रश्नं तो विचारीत होता. मुलांना नेमकचं कसबंस तिनं झोपवलं होतं. होती ती एक मेणबत्ती तिनं लावलेली होती. रूममधली लाईन गेलेली होती. ते दुरुस्त

करण्यासाठी एवढ्या रात्री लाईनमन तयार नव्हता. कारण भवन खूपच शिखस्त असल्यानं सहसा अंधारात कुणीही असं काम करायला तयार होत नव्हतं. सरितानं तीच मेणबत्ती उचलून किचनमध्ये आली व जेवणाची तयारी करू लागली होती. मेणबत्तीच्या मंद प्रकाशातसुद्धा तिच्या चेहऱ्यावर कुठलाच भाव दिसत नव्हता. तरीसुद्धा सतीश तिला झालेल्या कार्यक्रमा संदर्भात सांगत असताना ती न ऐकल्यासारखं करीत होती. तोच सतीश म्हणाला, ''अग मी एवढ्या कौतुकानं कार्यक्रमाचं यश सांगतोय अन् तू... ऐकतेयं नं...''

''सांगा पुढं...''

तिच्या बोलण्यातला तो सूर सतीशच्या लक्षात आला की मुलांची किरकिर, घरात संध्याकाळपासून असलेला अंधार, तिची वाढलेली ॲसिडिटी या सर्वांमुळे ती त्रस्त झाली होती. मग ती काय बोलणार... एवढ्या सर्वांना सामोरे जात असताना ती फार थकून गेली होती. झोप खूप झाली होती पण सतीशची वाट पाहत बसली. मुलं तर वाट पाहत असतानाच झोपी गेली होती. आनंदसागरला जाण्यासाठी खूप हट्ट करीत होती. शेवटी नाइलाजास्तव जयला एक थापड मारली अन् विजयला रागावल्यानंतरच ती झोपली होती. हे सर्व ऐकून सतीशला खूप वाईट वाटले होते. त्यानं डोळे गच्च लावले तरीही त्याची आसवं बाहेर बाहेर आली होती. मंद प्रकाशात त्याच्या गालावरचे ते आसवं पाहून सरितालासुद्धा रडायला आलं होतं.

एका अर्थानं जीवनाची लढाई लढता लढता ते हरले की काय असं वाटायला लागलं होतं. तोच निर्विकार स्वरात सरिता म्हणाली, ''तू जेवणं करून घे, माझी ॲसिडिटी खूप वाढल्यानं डोकं खूप दुखायला लागलं. उद्या सकाळी बघू काय तो कार्यक्रम अन्... सतीश त्या मेणबत्तीच्या उजेडात बसलेला होता. उपाशीपोटी झोप येणार नाही म्हणून फक्त तो ताटातील अन्न गिळत होता. जेवण मात्र करीत नव्हता. केविलवाणा चेहरा करून आतापर्यंतचा त्याचा सर्व उत्साह पूर्णपणे मावळला होता. मुलं रागावल्यानं रडता रडता तशीच झोपल्यानं त्यांच्या निरागस चेहऱ्यावरचे आसवं स्पष्टपणे जाणवत असतांनाही केवळ बघ्याची भूमिका त्याला घ्यावी लागली होती. वेळीच इलाज न करता आल्यानं सरिता मरणाच्या दारापर्यंत पोचलेली दिसत होती. एक निर्णय चुकल्यामुळं तोसुद्धा ही सजा भोगत असल्याचं त्याच्या लक्षात आलं होतं. तेवढ्यात कार्यक्रमाच्या उत्कृष्ट संचलन केल्याबद्दल आलेला संस्थेच्या अध्यक्षाचा फोनवर कुठलही भाष्य न करता मंद स्वरात धन्यवाद म्हणून फोन बंद केला व डोळे बंद करून तो तसाच पडून होता...

***

६.
चुकलं गणित

रोजचं तेच ते काम करण्याचा सीमाला कंटाळा आला होता. कामात पाहिजे तसं काही लक्ष लागत नव्हतं. कुठं तरी बाहेर गावी जायचं असं तिनं मनोमन ठरविलं होतं. मात्र नेमकं कुठं जायचं हा प्रश्न तिच्यासमोर आऽऽ... करून उभा होता. कारण सोबतीलाही कुणी नसल्यानं ठिकाणाचा प्रश्न थोडा बिकटच होता. ऑफिसची मधली सुट्टी झाली होती. या सुट्टीत सर्व मंडळी एकत्र बसून ऑफिस व्यतिरिक्त कौटुंबिक गप्पा मारत-मारत ही वेळ घालवीत असत. ही मंडळी सर्व एकत्रित बसून मध्यान्नाच्या जेवणाची मजा घेत होते. ह्याचे एकच कारण ते म्हणजे कुठलाही संकोच न करता स्त्री-पुरुष भेदाभेद न करता नि:संकोचपणे आप-आपली मनातील असणारे प्रश्न जेवण करता-करता सांगून व ती हातोहात सोडविली जात होती. तसं जर पाहिलं तर आपला देश संस्काराचा देश म्हणून परिचित असल्याने हे घडणारच... या देशातील प्रत्येक महिला ही कुणाचीतरी बहिण, आई, पत्नी असते हे कसे विसरता येईल... तरीसुद्धा आजच्या या एकविसाव्या शतकाच्या उंबरठ्यावर उभं असतांना अनेक नाही त्या गोष्टी घडत असल्याच्या बातम्या वेगवेगळ्या न्यूज चॅनल्सवर बघायला मिळतात. दररोज झालेल्या त्याचासंबंधी वाचायला मिळत असल्यानं महिला वर्गात भीतीचे वातावरण निर्माण झाल्यास त्यात गैर काय? या संदर्भात जिला माहित पडलं ती ह्या बाबतीत इतर महिलांना मुद्यामूहून सावध करायच्या वास्तविक ते बरोबर ही असायचे असे प्रत्येकीला वाटायचे... तोच गौर म्हणाली की, ''सामाजिक विचारसरणी बदलली पाहिजे, असे अनेक तज्ज्ञांचे मत आहे. नुसते कायदे करून काही फायदा नाही तर त्याची योग्य वेळी अमलबजावणीही तितकीच महत्त्वाची... अगं, आज इंटरनेट, फेसबुक, मोबाईल, टीव्हीमधील काही चॅनल्सवर नको ते पाहता येणाऱ्या अनेक बाबी पाहिल्याने वातावरण दूषित झालं हे मात्र कुणीच नाकारू शकणार नाही... वाटलं की, ह्या सर्व माध्यमामुळे किती सुधारणा होईल. देश नक्कीच

विकसित होईल परंतु हे सर्व पाहून... सर्व स्तब्ध झाले. तोच बापूसाहेब म्हणाले, "तुम्ही सर्व दोषांवर चर्चा करता परंतु उपाय योजनाबाबत का बोलत नाही? कारण आपण फक्त एकाच विचाराला चिकटलेलो आहोत."

काही वेळातच सीमा म्हणाली, "मी एक महिन्याची सुट्टी टाकून बाहेरगावी कुठंतरी फिरायला जायचं आहे. मी आजच तसा अर्ज केला आहे. ठिकाण मात्र मी अद्याप ठरविले नाही."

बापू म्हणाले, "खरं का खोटं?"

"खरचं!"

"मग सांगू ठिकाणं..."

"हो सांगा..."

"तू पंढरपूरला जा... चंद्रभागेमध्ये स्नान करून अगदी नामदेवाच्या पायरीपासून सुरुवात करूनच विठ्ठलाच्या दर्शनाचा लाभ घे. हो आणि आणखी एक लक्षात ठेव रुख्मिणीचे सुद्धा दर्शन घेशील बरं का?"

त्यावर सीमा खो-खो हसली व म्हणाली, "बापूसाहेब मी जर विठ्ठलाचे दर्शन घेईल तर रुख्मणीला का बरं सोडेल? असं तुम्हाला का वाटलं?"

"तसं नाही ग, माझ्या सांगण्याचा उद्देश एवढाच की, ...दोघांचे मंदिर वेगवेगळ्या ठिकाणी असल्यामुळे सांगितलं. आणि पहिल्यांदाच तू जात असल्यानं दुसरं-तिसरं काही नव्हतं माझ्या मनात..."

बापूसाहेब पुढे सांगायला लागले की, पंढरपूर, तुळजापूर, सोलापूर, अक्कलकोट, गाणगापूर बरेच ठिकाणं आहे तिकडे पाहण्यासारखे. येतांना मात्र माझ्यासाठी कुंथलगिरीचा प्रसिद्ध पेढा मात्र आवश्य आठवण ठेवून आणशील बरं का! अरे हो अन् येतांना श्रीरामपूर जवळचं ते कवठे महाकाळ गाव देखील पाहशील! असं मिश्कीलपणे कोपरखळीसुद्धा घेतली. बापूसाहेबांनी असं म्हणता बरोबर एकदम हशा पिकला.

पुन्हा बापूसाहेब सीमाकडे पाहून म्हणाले, "तू कुठेही जा... परंतु एक गोष्ट मात्र लक्षात ठेव ती म्हणजे, बाहेरगावी फिरत असतांना सतर्क राहणं खूपच गरजेचं झालं. आपल्या कार्यालयातील मुख्य अधिकारी बोर्डे साहेब, तुझी जिवलग मैत्रीण गौरी फाळके किंवा आपल्या घरी एखादा फोन करून आपण कोठे आहोत, याबद्दलची माहिती दिली पाहिजे. या गोष्टीचा तुला निश्चित फायदा होईल. शेवटी मोबाईल फोनची सुविधा आपल्या सोयीसाठीच ना! अगं, वेळ निघून गेल्यावर शहाणपण येणार असेल तर त्याचा फायदा?" बापूसाहेबांनी दिलेला सल्ला सीमाला मनोमन पटला होता. नोकरीत बंदिस्त असलेलं जीवन तिला नकोसे झाले होते. याही

पलीकडे तिला जायचे होते.

या कुंपणातून तिला सुटका करुन घ्यायची होती. निरभ्र आकाशाकडे पाहत असतांना तिला खूप बरं वाटलं, कारण आपल्या सभोतालची वागण्याची पद्धती दिवसेंदिवस बदलत चालली होती. ही व्यवस्था अनेक कुंपणांनी बद्ध असल्याची जाणीव सीमाला होती. कधी काळी अशा भयान सुटलेल्या वादळात तोल कसा सांभाळता येईल व जिवाचे काही बरे-वाईट झाल्यास त्यातून सावरावचे कसे याबद्दल बापूंनी चांगली माहिती दिली होती. नोकरी करून-करून थकल्याने कुठं तरी मन मोकळं करावसं वाटलं होतं. किती दिवस असे काढायचे धीर धरावा तर ती किती... मनाला समजावयाचे तेही किती? घर, नातं-गोतं सांभाळण्याची सर्व जबाबदारी तीही आपलीच... ऐनवेळी बाजू सावरूनही कधीकाळी कळत-नकळतपणे झालेल्या जखमेचीही खपली पडू नये म्हणून काळजी करुनही जर पदरात काहीच पडत नसेल आणि एवढं सोसूनही कवडीचाही विश्वास नसेल तर मग हे सर्व कशासाठी? हे सारं सारखं-सारखं मनात येत असल्यानंच कुठेतरी महिना दोन महिने बाहेर गावी जाऊन निवांत रहायचं आणि मनातील ह्या प्रश्नांच उत्तर शोधायचचं हे तिनं मनातून ठरविलं होतं...

खुला निसर्ग कवेत घेऊन आनंद लुटायचा. बंदिस्त नसूनसुद्धा बंदिस्तासारखं का जगायचं... हा विचार तिच्या मनात आला होता. जीवन जगत असतांना ह्या कुंपणात कोठपर्यंत जखडून घ्यायचं... खरं तर आपल्या जगण्याला कुंपण घालणे म्हणजे खळखळता असणाऱ्या मानवी जीवनाचा प्रवाह अडविणे. निखळ प्रवाहास मुद्याहून रोखून त्याचे डबक्यात रूपांतर करून त्यात जीवन घालविणे. अशाने विकास शक्य नाहीच. तसेच शेवटच्या श्वासापर्यंत नोकरीस किंवा अशाच समकक्ष कामात चिटकून राहिल्यास आयुष्यातल्या अनेक महत्त्वाचे असणारे कंगोरे विसरावे लागतील. त्यामुळे कळत-नकळत अनेक प्रकारची चांगल्या कलाकृतीपासून वंचित राहून संपूर्ण आयुष्य त्या कुंपणाबाहेर जाणार नाही. म्हणूनच हयातून सुटका करायची असेल तर या कुंपणाबाहेर यावच लागेल... तर कुठं आपण भयमुक्त जीवन जगून आकाशाला गवसनी घालू शकू व जीवनात नाविन्य आणून घराचा उंबरठा ओलांडून सारे जग आपले करू हा विश्वास निर्माण झाला. तिला संत तुकारांचा एक अभंग आठवला–

शुके नळी केशी । गोवीयले पाय ।
विसरोनी जाय । पक्षी दोन्ही ।।

तिला एकदम हसू आले. तिची हास्य मुद्रा पाहून गौरी तिला म्हणाली, "काय झाले हसायला."

सीमा म्हणाली, ''काही नाही असंच...''

''अगं असंच म्हणजे काय ते मला तरी कळू दे...'' सीमा म्हणाली,

''अग मला संत तुकारामाच्या अभंगाच्या काही ओळी आठवल्या व त्याचा अर्थ आणि आपल्या जीवन जगण्याची शैली आणि त्यांनी या अभंगाच्या माध्यमातून सांगितलेला दृष्टांत किती बरोबर असल्याचे समजले म्हणूनच मला हसू आवरता आलं नाही एवढचं...''

गौरी म्हणाली, ''मला तरी सांग त्याचा अर्थ...''

सीमा म्हणाली, अगं त्या अभंगाचा अर्थ असा की, एका पोकळ नळीत दोरी घालून ती दोरी दोन खिळ्यांना बांधून ठेवली त्या दोरीत घातलेल्या नळीवर एक पोपट येऊन बसला. त्याच्या बसण्याने तोल जाऊन तो त्या नळीला उलटा लटकल्या जाऊ लागला. आपण खाली पडू या भितीने तो त्या नळीला अधिकाधिक घट्ट धरून ठेवत होता. प्राण वाचविण्यास तो हतबल झालं होता. सारख्या कोलांट्या तो खात होता. पण नळीचे पाय मात्र सोडत नव्हता. मरणाच्या भीतीने पाय सोडण्याची जोखीम तो घेत नव्हता. वास्तविक पाहता त्याला उडायला पंख होते. तो मुक्तपणे संचार करू शकत होता. परंतु हा साधा विचारही त्याच्या मनात आला नाही. एवढा तो भयग्रस्त झाला होता. म्हणूनच तो उंच भरारी घेऊ शकतो याचा विसर त्याला पडला होता. व तो अधिकाधिक अडचणीत आला होता... खरं तर त्याने जर का नळीवरचे पाय सोडले असते तर तो आकाश कवेत घेऊ शकला असता...गौरी आपलेही असेच नाही?''

सीमाचं हे ऐकून गौरीसुद्धा हसायला लागली व म्हणाली,

''खरचं आहे सीमा तुझं... आपणसुद्धा अशाच बंधनाच्या काटेरी कुंपणांनी बद्ध आहोत.''

प्रबळ इच्छाशक्तीस आपण विसरलेलो आहोत...

आत्मविश्वास, क्रियाशीलता ह्या शब्दांनी तर फारकतच घेतली की, काय असे वाटायला लागले. केवळ एकाच गोष्टीला विनाकारण चिकटल्यामुळे आयुष्यात आपण आपलं सर्वस्व विसरलेलो आहोत. अनेक प्रकारची निर्मिती, संशोधनापासून वंचित राहिलो. नोकरीव्यतिरिक्त आपण काहीच करू शकत नाही. जसा तो पोपट मुक्त विहार करण्यासाठी आपणास पंख आहेत हे तो विसरला त्याचप्रमाणे आपल्याजवळ प्रबळ इच्छा शक्ती असल्याचे आपण विसरलो त्यामुळेच आपण हे भयग्रस्त जीवन जगत असल्याचे लक्षात आले. खरोखर ज्यांनी घराचा हा उंबरठा ओलांडला तोच जग पाहू शकतो. हे गौरीच्या चांगलच लक्षात आलं होतं.

आज मात्र आपणास तिचं हे असं वागण्याचं तंत्र मात्र समजण्या पलीकडचं असलं तरी... आयुष्यात चैतन्याचा खराखुरा रंग भरण्याची कसब गर्द हिरवा रंग घेऊन जर येत असेल तर तो म्हणजे निसर्गच!! म्हणूनच निसर्गासारखा दुसरा मित्र नव्हे... चैतन्याचं दान देणाऱ्याचं स्वागत करण्यासाठी सारं विश्वच उभं असतं. आणि या विश्वाच्या हातात असलेली पंचआरतीच्या ताटात औक्षण करण्यासाठी आकाशरूपी पणतीत सूर्याचा दिवा लावून सकाळच्या प्रहरीचा उधळविलेला गुलाल आयुष्याच्या चिमटीत पकडून निसर्ग ऋतूच्या भाळी टिळा लावतांना मनस्वी आनंद होतो. परंतु हे फक्त इच्छाशक्तीच्या बळावरचं... ही आनंदाची उधळणं एवढ्याचकरिता की, हा सोहळा म्हणजे इथे जगणाऱ्या प्रत्येक मनाची सारी मरगळ दूर सारण्याचं सामर्थ्य या ऋतू असल्याने वृक्ष, वेली तसेच भूतलावरील प्रत्येकाच्या मनात सळसळणारं चैतण्याचं वातावरण आपोआप तयार होतं.

आसमंत भारून जातो. कारण प्रत्येक ऋतूचं खरं अधिष्ठान असतं ते प्रेमाचं, स्नेहाचं मुक्त हाताने दान करण्याचं. मग तो वसंत असो, हेमंत असो, की शिशिर! प्रत्येकाच्या हिश्श्यावर आलेले कार्य त्याच परीने पूर्ण करण्याचा प्रयत्न केला जातो त्यामुळेच निसर्गातील प्रत्येक ऋतूचे महत्त्व असल्याने निसर्गातील हे दागिने त्यांनाच हवेहवेसे वाटतात जे एकाच गोष्टीला चिकटून न राहता आत्मविश्वासाच्या जोरावर जीवन जगतात. म्हणूनच मनातील वाईट विचारांना थारा न देता चांगले जीवन जगण्यासाठी प्रत्येकाची इच्छाशक्ती जागृत होणं महत्त्वाचं... केवळ अधिक 'पैसा' मिळवण्याच्या धुंदीतच आज जगाचा नाश होऊ पाहतो आहे. पैसाकडे केवळ साधन म्हणून पाहिल्यास अनेक अन्याय, अत्याचार, थांबतील परंतु साध्य म्हणून पाहिल्यास... जगाचा नाश अटळ.

ऑफिसची जेवणाची वेळ संपली होती. प्रत्येक आप-आपला डबा सावरत पिशवीत ठेवत ऑफिसमध्ये दाखल झाले व ठरल्याप्रमाणे कामाला सुरुवात करून ते संध्याकाळपर्यंत पूर्ण केले. घरी जाण्याच्या वेळेवर सदू शिपायाने सीमाची एक महिन्याची सुटी मंजूर झाल्याची खबर सीमाला दिली. तिच्या मनातले सर्व प्रश्न सुटले होते. ती भयमुक्त झाली कारण निर्माण होणाऱ्या प्रत्येक प्रश्नाचं उत्तर तिच्याजवळ होतं. सुट्टी मंजूर झाल्याच्या आनंदात ती घरी केव्हा पोहचली याचे तिला भानही राहिले नाही व बंदिस्त जीवनातून तिने तिची सुटका करून घेतली होती. जीवनाचे चुकलेले गणित पुसल्या गेल्याचा आनंद व पुन्हा आयुष्याची नवीन ओवी लिहिण्याची संधी मात्र निर्माण झाल्याची खुशी तिच्या चेहऱ्यावर आज दिसत होती!!

***

७.
डबेवाली बाई

सकाळची सर्व कामे आटोपून कॉलेजमध्ये जाण्याची मी तयारी केली. घरचे कपडे बदलून कॉलेजचा पांढरा शर्ट नी पँट घातली. कमरपट्टा बांधत असतांनाच एक आठवलं ते म्हणजे आज वेळापत्रकानुसार राज्यशास्त्र विषय असला तरी मुलांना अर्थशास्त्र हा विषयसोबत आणावयाचे सांगितले होते. त्यामुळे मागच्या तासिकेला कुठपर्यंत आलो होतो, याचा थोडा विसर पडला होता. नेमकं आठवत नव्हतं. आठवत होतं ते फक्त अर्थशास्त्र विषय घेण्याचं... तोच किचनमधून कविताने आवाज दिला अहोऽऽ... मी, हो म्हटलं. मला समजलं की, स्वयंपाक होऊन ताट वाढलं असेल... मी किचनमध्ये गेलो असता डायनिंग टेबलवर माझ्या करिता ताट वाढून तयार होतं. मी घड्याळाकडे पाहत जेवण करत होतो. कारण आज मी बाहेर जाऊन आल्यामुळे मला थोडासा उशिर झाला होता. जेवण आटोपून एस.टी. पकडायची होती.. त्याच तंद्रीत असल्यानं मी एका मागोमाग घास गिळत होतो असं म्हटले तरी काही त्यात वावगं नव्हतं. आज एकमेकांशी न बोलता जेवण संपविलं होतं. तिही आज बोलली नव्हती. कुणास ठाऊक? तिच्याही मनात काय होतं ते... जाण्याची घाई असल्यानं मीही काही न विचारता हात धुवून लगेच डायनिंग टेबलच्या बाजूला झालो. रूमालास ओले हात पुसतंच मी विचारलं–

"अगं कविता, माझी बॅग कुठं ठेवली? पेन, रुमाल, मोजे ते पण दिसत नाही... ये बरं इकडे, दे पटकन् शोधून... आधीच आज उशीर झाला. एस.टी. मिळते किंवा नाही कोण जाणे..."

"हे बघा तुमचं रोजचचं झालय, मी नोकरी करत नाही याचा अर्थ असा नाही की, आपण गेल्यावर मला काही काम नसतं? स्वयंपाक वेळेवर व्हावा याकरिता हातची सर्व कामं सोडून पहिली तुमची कामं करूनसुद्धा अन् वरून तुम्हीच आरडाओरड करता. काय म्हणावं याला... घ्या मग तुम्हीच शोधून... कधी जागेवर वस्तू

ठेवल्या...?' असं मनात पुटपुटत असतानांच मोठ्या आवाजात ती म्हणाली, "अहोऽऽ... मोजे सापडले... पण बॅग अन् पेन मात्र दिसत नाही... तुम्हीच आठवा ते कुठं ठेवलं?"

खरं तर रोज रोज असं कामं केल्यापेक्षा तर नोकरी करणं कधीही चांगलं. चांगलं बॅंकेतील नोकरी घरबसल्या आली होती त्यावेळेस विनाकारण नाकरली. पुढचं थोडच असं कोणाला कळतं! परत ती आवाज चढवून म्हणाली, "सर्व वस्तू तुमच्या हातात द्यायला मला वेळ नाही... मलाही अजून दिवसभर काम करायची आहेत. या अशा तुमच्या वागण्यानं माझा सारा दिवस असाच जातो..."

वास्तविक पाहता तिचं म्हणनं मला पटलं होतं परंतु माझा स्वभाव आडवा येत असल्यानं हे सर्व घडत होतं याची जाणीव मला होती. ती लहान काय अन् मोठ्या काय आवाजात बोल्ली तरी मला फारसा काही फरक पडत नव्हता. कारण माझ्यावर तिचं नितांत प्रेम होतं. अर्थात... तरीही ती कधीतरी अशीच मधूनमधून भांडत होती. मला पेन अन् बॅग न दिसल्यानं मी थोडा आवाज चढविला व बोलायला सुरुवात केली... तोच ती म्हणाली– 'अहो असे आवाज चढवून बोलू नका. मी ऐकून घेणार नाही.'

"काय करशील?"

"माहेरी निघून जाशील?"

"एवढचं ना..., मग जाऊनच दाखवं."

"मी बरी जाईन अशी"

तोच सकाळचा क्लास आटोपून सोनू घरी आली व आल्या आल्या तिच्या सारं लक्षात येताच ती केविलवाणी होऊ म्हणाली, "बाबा, तुम्हाला काय हवं आहे ते मला सांगा. विनाकारण आईशी भांडत बसू नका... तुम्हालाही वेळ होत आहे."

खरं तर सोनूचा तो केविलवाणा चेहरा पाहून मी म्हणालो, "सोनू बेटा, मला माझी बॅग अन् पेन शोधून दे बरं..."

"ठीक आहे, थोडं थांबा, शोधते..."

असे म्हणत सोनू बॅग व पेन शोधायला गेली... शोधल्यानंतर सोनूने पेन व बॅग माझ्या हाती दिली. बॅग व पेन हाती घेतल्यानंतर ती मला दारापर्यंत सोडायला आली व माझ्याकडे पाहून म्हणाली, "बाबा असे भांडत जाऊ नका हो..." मी थोडं स्मित केलं. हसता-हसता तीच्याशी बोललो–

'अगं, हे काय भांडणं आहे... गंमत-गंमत भांडतो आम्ही... कधी-कधी... एवढं सोपंही तुझ्या लक्षात येत नाही? असं थोडसं भांडवच लागतं... लग्न

झाल्यानंतर तुलाही समजेलं हे सारं...

कायऽ... सोनू तुही तिच्यासारखचं मनाला लावून घेतलं?

बोलनं होता बरोबर मी घर सोडलं. बस स्टॉपवर जवळपास दहा मिनिटं बसची वाट पहावी लागली. दहा मिनिटानं स्टॉपवर गाडी थांबला बरोबर मी गाडीमध्ये चढलो. आज फारशी काही गर्दी नव्हती, त्यामुळेच ती थांबली असावी असे मला वाटले. परत मी विचार केला, काहीही असो गाडी थांबली न् मग बरं झालं...

एक-दोन नोकरी सोडून मी हा शिक्षकी पेशा स्वीकारला होता. या पेशाबद्दल ऐकलं होतं ते असं की, "शिक्षकी पेशा म्हणजे सतीचं वाण" मनापासून शिकवायचं असेल तरच हा पेशा स्वीकारावा. केवळ वेतनापुरता मर्यादित हा पेशा नाही. चालढकल केल्यास एक विद्यार्थी नव्हे तर अख्खी पिढीच बरबाद होत असल्यानं शिक्षकानं इमानदारीनं शिकवावं... त्यामुळेच समाजात शिक्षकाला एक आगळं-वेगळचं स्थान प्राप्त झालेलं आहे. म्हणूनच शिक्षणाचा हक्क मिळवून देण्यासाठी महात्मा जोतिबा फुले यांनी स्वतःचं आयुष्य पणाला लावलं.

वर्गात बसणाऱ्या मुलांच्या मनात अनेक स्वप्न उमलत असतात. ऐन उमेदीच्या काळात फुलून इतरांनासुद्धा सुगंध देत असतात. आशा-आकांक्षाचं जगणं सुखा-समाधानाची किरणं सोबत घेऊन आयुष्याच्या प्रत्येक वळणावर धीट उभं राहण्याचा संकल्प करीत असतात.

म्हणूनच त्यांना प्रांजळ भावनेनं शिकविल्यास आपलं मनसुद्धा तेवढंच प्रफुल्लित राहतं हेही तेवढचं खरं. आपण व्यापक अर्थाने हा विचार स्विकारल्यास व थोडा प्रयत्न केल्यास विद्यार्थ्यांमध्ये जिद्द, चिकाटी, आत्मविश्वास निर्माण करू शकतो व तो या शिदोरीवर आपलं संपूर्ण आयुष्य फुलवतो.

परंतु हे जरी वरवर सोप वाटत असलं तरी तेवढं सोप नाही. संपूर्ण ताकदीनिशी समर्पण असेल तर विद्यार्थ्यांचे मन जिंकण्यास वेळ लागणार नाही. असे अनेक सुविचार मनात येत होते. विद्यार्थी शिक्षकाचं नातं खूपच वेगळं. या नात्याची खरी ओळख म्हणजे एकमेकांच्या आवडी निवडी बरोबरच त्याच करिअर शोधून त्या प्रकारे योग्य मार्गदर्शन करणं हेच तर खरं शिक्षकाचं कसबं असतं. गोत्यात आणणारं अस हे नात नसतं. यामध्ये एकमेकासांठी झिजण्याची तयारी ठेवावी लागते. शिक्षकाने विद्यार्थ्यांवर किंवा विद्यार्थ्याने शिक्षकावर अनुभवान्ति विश्वास निश्चित करावयाचा असतो त्यात कुठलाच स्वार्थ अथवा व्यवहार नसतो. अशा या शुद्ध निर्मळ नातेसंबंधामुळेच जीवनात सुखसौख्य आणि आनंद दोघांच्याही जीवनात

पाहावयास मिळतो. तोच ड्रायव्हरने ब्रेक दाबले. त्याच क्षणी मी या विचारातून बाहेर आलो.

गाडी थांबली मी खाली उतरलो व पुढे काही अंतर चालून माझ्या दुचाकीजवळ गेलो. गाडी घेऊन मी कॉलेजमध्ये पोहोचलो. मी घड्याळाकडे पाहिलं तर राष्ट्रगीताला केवळ पाच मिनिटं बाकी होती. मी ह्या पाच मिनिटात मस्टरवर सही करून मोकळा झालो. तेवढ्यात ठरलेल्या वेळेप्रमाणे राष्ट्रगीताकरिता बेल झाली. सर्व विद्यार्थी राष्ट्रगीत म्हणण्याकरिता पटांगणावर जमा झाली होती. कारण राष्ट्रगीत झाल्याशिवाय तासिका चालूच होत नव्हत्या असा नियमच होता महाविद्यालयाचा. म्हणूनच विद्यार्थ्यांसमवेत सर्व प्राध्यापक, प्राचार्य येता बरोबर राष्ट्रगीताला सुरूवात झाली. यानंतर सर्व आपआपल्या क्लासरूममध्ये गेले व मी अर्थशास्त्र हा विषय शिकवू लागलो. तासिकेत मुलांना आलेल्या अडचणी सोडविल्या.

तीन तासिकेनंतर झालेल्या सुट्टीत सर्व बाहेर आले होते. कॉलेजमध्ये शिक्षण घेणारे शहरातलेच विद्यार्थी होते असे नाही तर लांबच्या खेड्यावरून येणाऱ्यांची संख्या काही कमी नव्हती. मुलचं काय तर यामध्ये मुलींचीही संख्या मोठ्या प्रमाणात होती. कॉलेजची वेळ बाराची असतांनासुद्धा अनेक खेड्यावरच्या विद्यार्थ्यांना गावात मुक्कामी असलेली एस.टी.ची. निघण्याची वेळ सकाळीच सहा ते आठच्या दरम्यानं असल्याने तसेच रेल्वेचा टाईमसुद्धा आठचा असल्याने अवेळी घरून निघावे लागत असल्याने, आर्थिक परिस्थिती जेमतेम त्यामुळे इच्छा असतांना सुद्धा खिशांत चार दोन पैसे सुद्धा घेऊ न शकणारे हे विद्यार्थी केवळ आई-बापाने सोबत दिलेल्या शिदोरीच्या भरवशावर ये-जा करणारे आणि शिकण्याकरिता पैसा लागत नाही फी माफ होते म्हणून शिक्षण घेत होती. एवढ्या सकाळी घरून शिदोरी घेऊन निघालेले हे विद्यार्थी कॉलेजमध्ये दाखल होत होते. व या सुट्टीत घरून आणलेल्या शिदोरीचा स्वाद घेत शिक्षण पूर्ण करीत होते. खरं या विद्यार्थ्यांकडे पाहून असे वाटत होते की हे खाण्यासाठी जगत नाही तर जगण्यासाठी खातात... सर्व प्राध्यापक, मॅडमसुद्धा या सुट्टीत नाष्टा, चहा घेऊन एका नव्या ऊर्जेसोबत पुढील तासिका घेण्यास सज्ज राहत होते. सारं कसं आलबेल वाटत होतं...

गलेलठ्ठ पगार असल्याने पैशाची प्राध्यापकांना, काळजी करण्याचं कारणच नव्हतं. एवढचं काय तर एवढा पगार असूनही अनेकांचे ट्युशनक्लासेस सुद्धा होते. त्यांच्यावर टीकासुद्धा होत होती पण ते काही या टिकेला घाबरत नव्हते. निर्लज्जच ते! त्यांच्या घरी तर पैशाचा धो-धो पाऊसच!!

सरकारने भरपूर नियम लावले असतांनाही काही हुशार प्राध्यापकांनी पत्नीच्या

नावे ट्युशन क्लासेसची नोंदणी करून क्लासेस चालूच ठेवून सरकारी नियमांना धाब्यावर बसविण्यात ते धन्यता मानत होते. भलेही नीतिभ्रष्ट असल्यानंतरही ते त्याग, उत्कटता, आत्मियता, निसर्गप्रेम, आतुरता, हळवेपणा या शब्दांशी नातं सांगण्याचा आटोकाट प्रयत्न करीत असतांनाही दिसत होते. याहीपुढे जाऊन शेगावी गजाननाची वारी न चुकता दर गुरूवारी करतानासुद्धा दिसत होते.

वास्तविक मांजराने कितीही डोळे मिटून दूध प्याले तर त्याला पाहणाऱ्यांनी संख्या काही कमी नसते. एवढं साधही गणित त्यांच्या लक्षात येतं नव्हतं. एवढी नितीमत्ता त्यांनी गहाण ठेवली होती. गंमत अशी होती ती म्हणजे अशांची पाठराखण करणाऱ्यांचीही संख्या काही कमी नव्हती. असे लोक म्हणजे वैचारिक दिवाळखोरी निघालेली मंडळी आमच्यातीलच काही!!

ट्युशन क्लासेसचा धंदा एवढा जोरावर की त्यांच्यावर दर महिन्याला मिळणारा पगार विड्रॉल करण्याची वेळही येत नव्हती. एवढा रग्गड पैसा कमावत होती. कमावनं म्हणण्याऐवजी विद्यार्थ्यांची लूटच होती ती प्रकारे... अशी आमची साधक-बाधक चर्चा चालू होती. चहा, नाष्टा घेतल्यानंतर कॅम्पसमध्ये येताच संजय चव्हाण घाम पुसतच जवळ आला व म्हणाला, ''सर, लक्ष्मण पिवळतकर रडून रायला...''

''का रे?''

''त्यानं काही सांगितलं नाही...''

आम्ही दोन-चार शिक्षक मंडळी त्याच्यापर्यंत पोहचलो व त्याला कारण विचारू लागलो तर तो भुकेने व्याकुळ झाला होता... सकाळपासून तो कॉलेजमध्ये येत होता. कारण त्याच्या गावावरून पहिला एस.टी.चा टाइम सकाळी सहाचा असल्याने एवढ्या लवकर तो येत होता. कारण हा टाईम रात्रीला मुक्कामी असायचा.

रुमालाने त्याचा घाम पुसत त्याला विचारलं, ''जेवला का रे?''

''भाकरीच दिसून राहयली नाय.''

त्याचं हे बोलणं ऐकून आमच्या अंगावर तर काटाच उभा राह्यलां...

''कुठं ठेवली होती?''

''सर, पुस्तकाच्याच पिशवीतच होती.''

''चांगलं पाहून घे.''

''नाई ओ सर, दोन-दोन वेळा पाहयलं पण भाकरीच नाय.''

''काय आणलं होत आज बांधून?''

''मायनं करण्याची भाकर अन् हिरव्या मिरचीची चटणी, लोणच्याची एक

फोड देली होती बांधून...''

"भाकर नाई? मंग काय ते पिशवीनं खाल्ली गड्या?''

"खरंच सांगतो सर, मी दररोज भाकरी बांधून आणत असतो...''

"तुझ्यासोबत आणखी दुसरा मित्र आता होता की काय?''

"हो संज्या होता.''

"मंग त्याले ईचारलं काय तुनं? त्यानं त् घेतली नाही?''

"नाही सर, त्याले आज गुरूवारचा उपास आहे...''

तेवढ्यात संजय महाले आला.

त्याला आम्ही सर्वांनी विचारलं, "कारे संज्या याची भाकर तुले दिसली काय? तो म्हणाला, 'नाही सर...''

काय करावं काही सुचत नव्हतं. शेवटी आम्ही त्याला कॅन्टींनवर घेऊन गेलो व त्याला तयार असलेला नाष्टा खाऊ घातला. सोबत असलेल्या संजयला नाष्टा करण्याचा आग्रह केला परंतु त्यानं उपवास असल्याचं सांगितलं होतं. शेवटी दोघांनाही चहा दिल्यानंतर ते शांत झाले होते.

झाला प्रकर प्राचार्यांच्या लक्षात आणून दिला. मात्र असा प्रकार रोज एक वेळ तरी ऐकायला येई. शेतकरी शेतमजुरांची ती भोळी भाबडी पोरं थोडं गाफील असल्यांन हे घडत होतं.

तक्रार कधी मुलांकडून यायची तर कधी मुलींकडून यायची खूप वाईट वाटत होतं. पैसा चोरीला जातो. हे सर्वांना माहित होतं परंतु मुलांच्या भाकरी म्हणजे डबे चोरीला जातात हे मात्र नवीनचं.

कुणाला सांगतासुद्धा येत नव्हतं. सांगितलं तर खरं असूनही खरं वाटत नव्हतं... काय करावं काही सुचतही नव्हतं? डबा चोरून खाणाऱ्याला ह्या निरागस बालकांच्या मनाचा थोडाही विचार येत नसेल का? शेतकरी, शेतमजुरांची ही मुलं... खिशात चार पैसेही ते आणू शकत नव्हते... मोफत शिक्षण असल्याने ते शिक्षण घेत होते. अन्यथा त्यांचा अक्षरांशी संबंधही आला नसता...

आमच्यातलेच तळपटे सर सांगत होते की, काही शिक्षक ह्या मुलांच्या साधेपणाचा एवढा फायदा घेतात की त्याईले प्रॅक्टिकलच्या विस मार्काईचा जरासा धाक दाखोला की, त्यांच्या शेतात जे काही पिकत असीनं ते इमाने इतबारे धाक दाखविनाऱ्या शिक्षकाले बरोबर आणून देतात. तेही सर्वांच्या नजरा चुकवून... मग तो हिरवा भाजीपाला असो की, संक्रांतीच्या वेळेला महाग तिळ असो, दुध-दुभतं असलं तर मंग खव्यापासून त् ताकापर्यंत ह्यांची मजल जात होती.

ही मुलं जरी सर्वांच्या नजरा चुकवून घरून आणलेलं देत होते पण त्यांच्या मनात मात्र राहत नव्हतं. विषय निघाल्यास ते झाला प्रकार बिनधोकपणे सांगूनच टाकत. निरागस बालमन त्याला कसले हेवे नी दावे... जे काही असलं ते सरळ सरळ सांगून टाकत. तरी त्यांना असं वागणाऱ्यांची भीती वाटतच होती. भीतीपोटी मात्र अशा शिक्षकाचं नाव सांगायला घाबरत होती.

खरं तर एवढ्या हलकट वृत्तीचे चुकून या शिक्षकी पेशात आले. अशा हलकट वृत्तीच्या लोकांमुळे चांगल्या शिक्षकांकडेसुद्धा ह्याच नजरेने पाहण्याची सवय विद्यार्थीच काय पण त्यांच्या पालकांनासुद्धा झाली होती. त्यात त्यांची काही चूक नव्हती. असं सांगत नाही तोच गोखले मॅडमला विद्यार्थीनीच्या पिशवीतील डबा काढतांना मुलींनी पकडलं. हे एक मुलगा सांगत आला व डब्या सोबतच प्राचार्यांकडे घेऊन गेल्याचं माहित पडलं. प्राचार्यांच्या केबिन पुढं एकच गर्दी झाली. मुलं मुली आवाज करू लागली. तायडे शिपायाने सर्व मुलांना बाजूला उभे केले. प्राचार्यांनी गोखले मॅडमला मुलांसमोर उभे केले. प्राचार्य म्हणाले, "गोखले मॅडम हे मुलं म्हणतात ते खरं आहे का?"

"नाही सर"

"मग ही मुलं मूर्ख आहेत काय?"

"ते मी काय सांगू."

"खरं काय आहे ते सांगा."

नेहा म्हणाली, "डबा काढताना मी पाहिलं सर..."

"ही मुलगी खोटी बोलते सर..."

प्राचार्य म्हणाले, "नेहा मला तू एक सांग की, तू तर खेळायला पटांगणावर असतांना मॅडमला कसं काय पाहिलं?"

"बरोबर हाय सर तुमचं, मी अन् माझ्या मैत्रिणीसोबत पटांगणावर खो खो खेळत होते. पण",

"पण... काय?"

"मी आऊट झाली अन् परभी जोळ एस.टी.ची पास व्हती ती हारपून जाऊ नये म्हणून तिनं मले दप्तरात ठेवायले सांगल्याच्यानं मी वर्गात आली व्हती सर..."

तोच परभी बोल्ली, "हो सर पास तिच्या जोळ देली अन् ओळखपत्र दयासाठीच म्या तिले आवाज देल्ला त् ते आलीच नव्हती. मीच वर्गात गेली त् मॅडमच्या हाती डबा म्या बी पाह्यला..."

"काय गोखले मॅडम ही पोरगीसुद्धा खोटी बोलते आहे काय?"

नेहा, मंदा सांगून सांगून रडकुंडीस आल्या होत्या... पण गोखले बाई तयारच होत नव्हत्या...

ऑफिस पुढं पोरा-पोरीची गदी पाहून बाईच्या गाडीचा ड्रायव्हर आला, पोरांना काय झालं ते ईचारू लागला. झाला प्रकार त्याला पाहिजे तसा माहितही नव्हता. परंतु तो म्हणाला, "मी काय म्हन्तो सर... जरा दम धरा."

खरं काय ते...पुढचं म्हणायच्या आतचं गोखले बाई म्हणाल्या, "काय परल्या काय बोल्तू?"

"मी कशाले खोट बोलू."

असं म्हणताबरोबर मॅडमचं तोंड खर्कन उतरलं...

"तू काय वकिली कऱ्याले आला?..."

"आता मी कशाले वकीली करू? काय झालं ते पाहयाले आलो..."

"बनवाबनवी करायले लागलास काय"

"नाही. खरचं बोलतूय."

त्यानं जसं खरचं बोल्तो असं म्हणता बरोबर गोखले बाई गर्रकन् खालीच बसल्या अन् म्हणाल्या,

"काय तरी खरं बोलत जाय परल्या..."

वास्तविक पाहता प्रल्हादला पूर्ण विषय माहीतही नव्हता. काही तरी बाईच्या बाजूनं त्याला बोलायचं म्हणून तो बोलण्याचा प्रयत्न करीत होता. "चोराच्या मनात चांदणं" असंच काही इथं झालं व्होतं...

तिला असं वाटलं की, ड्रायव्हर आजपर्यंत जे काही झालं ते सार सांगून टाकेल या भितीनं ती थरथर कापू लागली. सर्वांगावर घाम फुटला.

तोच प्राचार्य म्हणाले, "सांगा मॅडम ह्या मुली म्हणतात ते बरोबर की नाही..."

गोखले मॅडमच्या तोंडून आता एकही शब्द बाहेर येत नव्हता. सर्वांसमोर त्या अस्वस्थ झाल्या होत्या.

तोच त्यांच्या तोंडून दोन शब्द बाहेर पडले, "खरं आहे..." त्यांनी डोळे मिटून घेतले केलेल्या कृत्याची व खोटं बोलल्याची त्यांना थोडा वेळ का होईना मात्र लाज वाटली असावी म्हणूनच की, काय डोळे मिटून घेतले होते. खोटं बोलणं इतकं सोपं नसतं हे तिला चांगलंच समजलं होतं. डोळे उघडले सुन्नपणे त्या फक्त ड्रायव्हरकडे पाहत राहिल्या... एवढं सारं घडूनही मात्र त्यांच्यामध्ये काही बदलाचे भाव मात्र दिसत नव्हते. केवढी निर्लज्ज मनाची ही बाई म्हणावी!! असं मनातून

सर्वांनाच वाटलं.

डबे चोरीला जात असल्याने प्राचार्य त्रस्त झाले होते. सर्व चौकशी अंती गोखलेबाई दोषी असल्याचे निष्पन्न झालं होतं. त्यांनी मुलांना शब्द दिला होता डबे चोरणारा पकडल्यास तुम्हा सर्व मुलांना मी दाखवून देईल. मग तो कुणीही असो. त्याला शिक्षा काय द्यायची तेसुद्धा तुम्हीच ठरवायचं. त्यांनी शब्द पाळला होता. विशेष म्हणजे गोखले मॅडमकडे भरपूर संपत्ती तसेच दोघंही नोकरीवर होती. पैशाचा महापूर असतानाही त्यांनी असं करावं काय? काय म्हणावं या वृत्तीला! मुला-मुलींनी एवढा आक्रोश केला की, फक्त शेण तोंडात घालायचं तेवढ बाकी ठेवलं होतं. परंतु तिच्यावर मात्र काही एक परिणाम झाल्याचं जाणवत नव्हतं. केवढी निर्लज्ज बाई! काही मुलं-मुली पुढं आली व प्राचार्यांना सांगू लागली, 'की ह्याच बाई आम्हाला विस मार्कांचा नेहमी धाक दाखवीत असतात...' उपस्थित सर्वांनीच याची देही याची डोळा अशी ही बेशरम बाई आयुष्यात पहिल्यांदा सर्वांनी पाहिली होती. ती चुकून ह्या शिक्षकी पेशात आली होती...

शेवटी प्राचार्यांनी मुला-मुलींना विचारलं, "काय शिक्षा द्यायची गोखलेना? तुम्हीच सांगा." गोखलेंचा चेहरा तेवढ्यापुरता पाहण्यासारखा होता. तिचा शंभर पापाचा घडा आज भरला होता. एरवी नाकाने कांदे सोलनाऱ्या बाईची आज मात्र चोरी पकडल्याने चांगलीच गोची झाली होती. मुलांच्या घोळक्यातून आवाज आला या बाईला, "नाही मनाची तर कमीत कमी जनाची तरी लाज वाटायला पाहिजे होती." गोखलेंनी मात्र हे ऐकून न ऐकल्यासारखं केलं कारण तिच्या चेहऱ्यावरचे हावभाव कळत होते. शेवटी मुला-मुलींनी प्राचार्यांना सांगितलं. गोखलेंना आजपासून डबेवाली बाई या नावानंच ओळखायचं. काम पडल्यास डबेवाली बाई ऽऽ असाच आवाज देऊन बोलवावयाचं हे सर्वांनी मान्य केलं तेव्हापासून गोखले मॅडमकडे कुणीही आलं तर डबेवाली बाई म्हणूनच त्यांचा परिचय करून दिल्या जात होता. एवढेचं काय तर पिरियड कुणाचा विचारले तरी मुलं किंवा प्राध्यापक मंडळीसुद्धा डबेवाल्या बाईचा असंच सांगायचे सर्वानुमते ठरविले होते...

**

८.

आधारवड

डोलारखेड हे शेगाव, नांदुऱ्याच्या टोकावरचं. जलंब मतदारसंघातलं. आठशे-नऊशे वस्तीचं छोटंसं खेडगाव म्हणून सर्वांना परिचित होतं. गावची वस्ती अगदी भिंतीला-भिंत, कुळामातीची असलेली घरे लागून लागून बांधलेली होती. तसं पाहिलं तर जुने म्हणजेच म्हातारे लोक सांगतात की, सुरूवातीला चार-पाचशे वस्तीच हे खेडगाव अगदी मोकळं चाकळं तर होतचं पण घरापुढे छोटसं अंगणही होतं. येण्या-जाण्याकरिता रस्तेसुद्धा मोठेच. एवढे मोठे की, दोन बैलबंड्या एकाच वेळेस जातील एवढा रस्ता असल्यानं घरापुढं लहान-मोठं झाडं लावल्यानं घराबाहेर पडलं की, मन प्रसन्न व्हायचं. जरी ही शेना मातीची असली तरी ती बारोमास फायद्याची होती. पण आज मात्र ही दाटीदाटीने बांधलेले घरे या वीस-पंचवीस - एक वर्षातीलच...

आज रहायला जागा अपुरी पडत असल्यानं पूर्वीच्या रस्त्याची केवळ पायवाटच मागे राहिलेली होती. आज घराला आंगण कशाला म्हणतात ते ठाऊकच नव्हतं. काहींनी पक्के घरं बांधले होते. अशी ही कच्च्या पक्क्या घरांची वस्ती होती. झाडांच्या जागी इलेक्ट्रीकच्या खंबेनी जागा बळकावली होती. एखादं चुकून-माकून झाड शिल्लक राहिलं. तर दरवर्षी पावसाळा सुरू होण्या आधी कोकाटे वायरमन गावात येऊन वाढलेल्या डांगा छाटून टाकत होता. कारण काय तर म्हणे विष्णू ढोक याच्या शेतात असलेल्या डीपीजवळील तार एकमेकांना टेकून घर्षण झाल्यास तार तुटू शकते व तुटलेल्या तारेमुळे अनर्थ घडू शकतो. हेच कारण गावातलं. म्हणून हे काम दरवर्षीच केल्या जात होतं. त्यामुळे गावात असलेल्या झाडाची सावली हा विषयच संपला होता. इलेक्ट्रीकचे खंबे अन् छाटलेली झाडे या दोघात फारसा जास्त फरक जाणवत नव्हता.

गावाच्या पूर्वेला नाला असल्यानं या नाल्यावर गावातल्या बायका धुणी धुवावयास जात होत्या. पावसाळा दर वर्षी बऱ्यापैकी होत असल्यानं वर्षभर नाला

वाहत होता. त्यामुळे पाणी टंचाई कशाला म्हणतात हे गावकऱ्यांना माहित नव्हतं. कारण गावात असलेल्या विहिरींना भरपूर पाणी असायचे.

हळूहळू दरवर्षी पावसाचे प्रमाण कमी झाल्याने गावात असलेल्या अनेक विहिरी यावर्षी आटल्या होत्या. गावातल्या अजाबराव पाटलाच्या घरासामोरच्या विहिरीलाच फक्त पाणी होते. झूळझूळ वाहणारा नाला यावर्षी कोरडा पडला होता. गावातल्या बऱ्याच लोकांची आर्थिक स्थिती चांगली नव्हती. ते रोज कामाला जाऊन येणाऱ्या मजुरीवर उदरनिर्वाह चालवित होते. त्यामध्ये महादेव बाभूळकर, सारंगधर देठे,पर्वत म्हैसकर, दादाराव तायडे, देविदस रोठे असे एक नव्हे तर अनेक गरीब कुटुंब होती. त्यातल्या त्यात यावर्षी नापिकी झाल्यानं ही सर्व मंडळी अधिकच आर्थिक अडचणीमध्ये आली होती. तसे त्यांचे आधीचे व्यवहार पहिल्यास ते चोख होते.

गाव जरी छोटसं होतं तरीसुद्धा गावामध्ये किरकोळ गरजा भागविल्या जात होत्या. डोलारखेड हे गाव नांदूऱ्या पासून पाच मैलाच्या अंतरावर असल्यानं श्रीकृष्णा हा नांदुऱ्यास आठवी पासून शिक्षण घेत होता व तो दहावा वर्ग कसाबसा पास झाला होता. पुढे मात्र तो काही शिकला नाही. त्याला माहित होते की आपण पुढे टिकणार नाही. या भितीने तो शाळेत गेलाच नाही. त्याची अवस्था मोठी बिकट झाली होती. ती म्हणजे तो दहावीनंतरच शिक्षणही घेऊ शकत नव्हता अन् शेतातही काम करू शकत नव्हता. त्यामुळे आई गोदावरीबाई व वडिल भिमराव रणशिंगे यांना असे वाटत होते की याला फुकटचे आयुष्यभर पोसावे लागते की, काय? पोसण्यापेक्षा त्यांना काळजी वाटे ती म्हणजे की, याला कोणी पोरगी देईल की, नाही? यानं बसून खाल्ल्यापेक्षा काहीतरी दोन पैसे कमविले पाहयजे म्हणून त्यांनी श्रीकृष्णाला दोन टिन बसतील एवढ्या जागेत किराणा दुकान टाकून दिलं होतं. ते दुकान त्यानं चांगलं साभाळलं व आहे ते टिकवून तर ठेवलचं त्यासोबत दोन पैसे नफाही कमवून दाखवला होता. कमावत असल्यानं तीन वर्षानं त्याच लग्न ठरलं व या लग्नाला कुठलीच आडकाठी आली नाही. त्यामुळे गोदावरीबाई व भिमराव रणसिंगे यांच्या मनात असलेली काळजी दूर झाली होती.

गावातलं किराणा दुकान चांगलच चालत होत. तसच गावात धोब्याचं दुकान, कटिंगची टपरी, टेलर व लाकडाचे शेतीकामाचे अवजाराची दुरुस्तीचे जसे तिफन, वखर, डवरं, रूमणं, बंडीची चाक जोडी, जू, पांजरा तसेच इतर काही बाबींची मोडतोड झाल्यास चिल्लर कामकाजाकरिता सुताराचा कामठा होता. त्यामुळे गाव जरी लहान वाटत असलं तरीसुद्धा अनेक कामं गावातल्या गावातच भागविल्या

जात होती.

यावर्षी नापिकीच्यानं अनेकांनी ईलेक्ट्रीक बिलं भरले नव्हते. हे बिलं भरणाऱ्यांची संख्या काही कमी नव्हती. थकीत बिल भरण्यासंबंधी अनेकदा नांदुऱ्याहून विजकंपनीच्या ऑफिसमधून कोकाटे वायरमन बिलं घिऊन यायचा अन् घरपोच देत होता. बिलं भेटूनही बिलं न भरणाऱ्यात महादेव बाभूळकर, सारंगधर देठे, पर्वत म्हैसकर, दादाराव तायडे, देविदास रोठे, अंजनाबाई खर्चे, यांचे सोबतच आणखी बऱ्याच लोकांची नावे ऑफिसात गेल्यानं या सर्वांना नोटिसीवर नोटिसी द्यायचं कामसुद्धा कोकाटे वायरमनला करावं लागत होतं. पैसे नसल्यानं तो आला तसाच परत जात होता. या अशा परिस्थितीमुळे गावात काही घरात उजेड तर काही घरात अंधाराचे साम्राज्य होते. परत काही लोक रॉकेलच्या दिव्यावर आले होते. इलेक्ट्रिकच्या दिव्याची सवय झाल्यानं रॉकेलच्या दिव्यावर संध्याकाळची काम बायांना सुचत नव्हती. पंखे बंद झाल्याने झोपसुद्धा लागत नव्हती. मोठ्यांईचं त् सोडाच पण लहान-लहान पोट्टे त् बेजाच तरास देत होते. बायतीनं व्हयेल बायांची तर त् बेजाच फजिती. संध्याकाय झाली की, यांईच्या आंगावर काटाच उभा राहे. तरासच तितका ते लहान-लान पोट्टे देत होते! भलकसेच रडल होते की, एक वर्षाच्या पोट्ट्याईचा त् लाय-शेबूंड एक होत होता. त्याच्याच्यानं घरातल्या बाईले माणसानं हू म्हटलं की, धु लागत होतं.

कोकाटे वायरमनची त् दहशतच पसरली होती. तो का, गावत दिसला रे की, थकीतदार कायच्याबी मिसानं रस्ता बदलून घरी जात होती. अन् तोही मुद्याहून घरात घुसून आहे की, नाही ची चौकशी करायचा. एक खोली अन् पुढं वसरी असल्यानं राजेहो नाही म्हणायची सोयच त्याईले नव्हती. राम राम घालावाच लागत होता. तोही पैसे मागून-मागून कटायला होता. नाहीच त् देणार कसे? पण इलाज नव्हता.

पावसाळ्याच्या तोंडावर वाढलेल्या झाडाच्या डांगा छाटून इलेक्ट्रिकचे तार मोकळे करण्याच काम यंदा मात्र नव्हतं कारण यावर्षी थकीत बिलं जास्त झाली होती. त्यानही या कामाकडे दुर्लक्षच केलं. म्हणून वाढलेल्या झाडांच्या डांगा जशाच्या तशाच व्हत्या. एमएसईबीच्या सायबानं या गोष्टीकडे जाणूबुजून दुर्लक्ष केलं. वास्तविक पाहता जनतेच्या सोईसाठी तसेच दुर्घटना घडू नये यासाठी त्यानं कोकाटे वायरमनकडून डांगा छाटून घ्यायलेच पाहिजे होत्या. पण तसं काही झालं नाही. या कामासाठी त्याले कोणी हटकलही नाही. अन् त्यानंही हे काम केलं नाही.

अजाबराव पाटलाच्या घरासामेरच्या विहिरीला भरपूर पाणी असल्यानं गावात पाणी पुरवठा करण्यासाठी या विहिरीची निवड होऊन त्या विहिरीवरी इलेक्ट्रिकलची

मोटार बसविली होती. ही विहीर खूप खोल असल्यानं पौऱ्यानं पाणी काढनं शक्यच नव्हतं. सर्व गावाला पाणी पुरवठ्याचं येणारं इलेक्ट्रीक बिल ग्रामपंचायतच्या माध्यमातून भरल्या जात होतं. जास्तीच लागणारं पाणी मात्र महादेव बाभूळकरच्या घरासमोर बसवलेल्या हात पंपावरून भरल्या जात होतं. या गावात एकमेव हा हातपंप होता. नापिकीमुळे घरपट्टी न भरल्यनं ग्रामपंचायतसुद्धा थकीत झाल्यानं गावातील रस्त्यावरचे लाईट लागनं त् बंद झालेच होते पण त्याचबरोबरच गावाला पाणी पुरवठ्याच्या विहिरीवरील वीजसुद्धा खंडित केली त्यामुळे सारं गाव आता दिवस-रात महादेव बाभूळकरच्या घरासमोर बसवलेल्या हात पंपावरूनच पाणी भरत होती.

अनेकांनी वीज बिलं न भरल्यामुळे एकेकाळी उजेडात असणार गाव आज मात्र मिणमिणत्या दिव्याच्या प्रकाशात सामावलं होतं. गावतल्या विहिरी बरोबरच रानातल्यासुद्धा विहिरी आटून सुकलेल्या, गावासोबतच सारं शिवार हे भकास झालेलं... यावर्षी झाडाच्या डांगा छाटल्या नसल्यानं त्याला आलेली भरपूर पानं ही हलकासा जरी वारा सुटला तरी ते सळसरळत होती. लांब असणाऱ्या फांद्या विजेच्या तारावर आदळत होती. अगदी खोडकर मुलाप्रमाणे मुद्दामहून अंगावर आल्यासारखी वाटत होती. घरपट्टी भरण्यासंबंधी गायकवाड ग्रामसेवका बरोबर सरपंच विश्वासराव पाटील घरोघर फिरून पैसे मागत होते. परंतु आर्थिक परिस्थिती ढासळल्याने इच्छा असूनही काही भरू शकत नव्हती. अन् काही मुद्याहून भरत नव्हती. घरपट्टीची रक्कम खूपच कमी असल्यानं बिलाच्या रकमेत जास्त वाढ होत होती. खरं तर मोकळ्या निसर्गात असलेलं हे गाव आज रस्त्यावर आल्यागत वाटत होतं.

चैत्राला सुरुवात झाल्याचं जाणवत होतं. ते रखरखीत ऊन... अंगाला येणार घाम... लाईन नसल्यानं स्थिर असलेला पंखा पाहून... दुपारच्या वेळेला वामकुक्षी करायची इच्छा असूनही... एवढ्या प्रखर उन्हातही मोलमजुरी करून आलेल्या बाया हातपंपावर पाणी उपसून डोक्यावर असलेला जड पाण्याचा हंडा... घामोजलेला चेहरा... काखेत ते रडक मुलं... उघडे अनवाने पाय... हे सर्व पाहून "अरे बापरे..." हे शब्द कळत नकळत तोंडून निघाले होते व मनात एकच विचार आला तो म्हणजे असा की, चैत्रामध्ये एवढे हाल तर वैशाख कसा असेल...? व त्या रस्त्यावरील बायांकडे सरपंच विश्वासराव पाटील एकटक पाहतच राह्यले होते.

गावातील काही घरात वीज होती तर काही घरातील वीज खंडित झाली होती. ग्रामपंचायतसुद्धा थकीत झाल्याने रस्त्यावरचे दिवे लागणे बंद झाले होते. घरपट्टीच बऱ्याच लोकांनी दिली नसल्यानं बिलाची रक्कम कशी भरावी हे विश्वासराव पाटलांच्या लक्षात येत नव्हतं. घरपट्टी खेरीज दुसरं उत्पन्न ग्रामपंचायतीचं नव्हतं. त्यामुळे सरपंच

कधी नव्हे ते अडचणीत आले होते. घरपट्टी न भरणाऱ्यांच्या तुलनेत भरणाऱ्यांची संख्या खूपच कमी होती. त्यामुळे घरपट्टी जमा करणाऱ्यांना पस्तावल्यासारखे वाटत होते. जो भरत नाही त्याच काय? हा प्रश्न त्यांच्या मनात येत होता. विश्वासराव पाटील पैसे मागून-मागून वैतागून गेले होते. ग्रामसेवक तर मेटाकुटीस आला होता. पाटलांच्या समोर तो काही बोलू शकत नव्हता. अशी वेळ आजपर्यंत त्याच्यावर कधी आली नव्हती. नापिकीमुळे हे संकट उभं ठाकलं होतं याची कल्पना विश्वासरावांना जशी होती तशी ग्रामसेवकाला सुद्धा पुरेपूर होती. खरं तर तळागाळातला घटक म्हणून ग्रामपंचायतीकडे पाहिल्या जातं. औद्योगिक वसाहतीत अनेक कारखानदारकडे थकीत बिलं असल्यास किंवा नव्यानं सुरूवात करणाऱ्या उद्योगास वीज कंपन्या अनेक सवलती प्रदान करतात. वीज मोठ्या प्रमाणावर वापरूनही थकीतांची संख्या बरीच असली तरी वीज खंडित करीत नाही. परंतु तळागाळातील लोकांपर्यंत अनेक योजना राबवितांना व ह्या पातळीवर यशस्वीपणे काम करतांना अनेक अडचणींना सामोरे जात असतांना ईथे मात्र ह्या गावकऱ्यांची वीज एमएसईबीने नियमावर बोट ठेवत बोट ठेवत खंडित केली असल्यानं वीज कंपनीचा हा कारभार पाटलांचा तुघलकीचा वाटला. तसेच अनेक वेळा दादाराव तायडे यांच्या घरामागील तारामध्ये घर्षण होत होते व ठिणग्या पडत होत्या. यासंदर्भात कोकाटे वायरमन जवळ सुरुवातीला तोंडी तक्रार करून त्यास दाखवून सुद्धा दिले त्याने नांदुऱ्याच्या सब स्टेशनला लेखी तक्रार देण्याचे सांगितले असता तशा स्वरूपाच्या दर महिन्याला दोन-तीन वेळ तक्रार देऊनही त्याचा फारसा फरक पडला नाही. थातूर-मातूर करून ह्या तक्रारीकडे ऑफिसनेही दुर्लक्ष केलं होत. त्याचा त्रास होऊ नये म्हणून या तारावर दोरीस दगड बांधून त्यावर फेकलेली होती. तरीसुद्धा अधूनमधून ठिणग्या पडतच होत्या. एवढं दुर्लक्ष एमएसईबीचं असल्याचं गावकऱ्यांच्या लक्षात आलं होतं. वास्तविक पाहता गावातील लोकांची आर्थिक परिस्थिती पाहून व झालेली नापीकी लक्षात घेऊन तरी जवळपास अर्ध्या गावातील वीज खंडित केली होती. असा वीज खंडित करण्याचा निर्णय घ्यावयास नको होता. असा सर्व गावकऱ्यांचा मतप्रवाह होता.

-०-०-

विश्वासराव पाटलांनी गाव सुधारणेच्या दृष्टीने याआधी अनेक आव्हानं स्वीकारलेली होती व स्वीकारलेल्या आव्हानांना पेलतांना ते कसोटीससुद्धा उतरलेले होते. कारण जलंब मतदार संघाचे आमदार, विरोधी पक्ष नेते, तसेच जिल्हा परिषदेचे अध्यक्षांशी त्यांचे चांगले संबंध होते. कोणत्याही पक्षाचे त्यांना वावडे नव्हते. सर्वच

राजकीय पक्षाशी हितसंबंध असल्याने त्यांचे राजकारणात बऱ्यापैकी वजन होते. त्यामुळे कुणीही निवडून आल्यास तो प्रतिनिधी त्यांचाच! त्यामुळे कोणतीच कामं अडत नव्हतं. एका दृष्टीनं त्याचं असं वागणं बरोबरही वाटत होतं. म्हणूनच विश्वासरावांना गावातील सगळेच वचकून असत. पाटलांचा स्वभाव तसा सुस्वभावी ते चांगल्यासाठी चांगले! अन् वांगल्यांसाठी वागले! त्यांना गावात माघारी तर काही संताची उपमा देत. मात्र दारू पिणारे, पत्ते खेळणाऱ्यांचा तर ते कर्दनकाळच!

विश्वासरावांच उंची ही पुरेपूर सात फुटांची, रंग काळा व अंगकाठी अत्यंत दांडगट. दोन वर्गाच्या पलीकडचं शिक्षण न झालेलं पण कामाचा अनुभव दांडगा असल्यानं काम करण्याची एक वेगळीच लकब असल्यानं कोणतं काम कोणाकडून, कधी व कशाप्रकारे करू घ्यायचं हे त्यांना चांगलच ठाऊक होतं. त्याच राहणीमान पाह्यलं तर ते अगदीच साधं. ते म्हणजे एक टांगे धोतर अन् नागमनी कपड्याची बंडी घालून गावचे हाल-हवाल पाहण्यासाठी ते गल्लो-गल्ली हिंडत. रस्त्यानं जर का ते लहान-लहान पोरांना दिसले तर पोट्टे तू धाकानं खेळनं बंद करून घरात लपत होती. बाया बापड्या डोईवरचा पदर पडू देत नव्हत्या. पोरान ते अभ्याससकरिताच ओरडत असत. असा आडदांड म्हणून बारोमास एक टांगे धोतर अन् बंडीच घालून असायचा. अंगात सदरा फार कमी घालत होते. गावात आमदार, खासदार, राजकीय पुढारी आले तरच त्यांच्या अंगात सदरा दिसत होता. मेहनतीचं कसलेलं असं त्यांच शरीर होतं. या उतार वयातही त्याचं शरीर एखाद्या तरुणाला लाजवण्यासारखं होतं. शरीराची तशी ते काळजीही घेत होते. रोज सकाळी उठून योगासनं करणे, चार-पाच मैल फिरायला जात असल्यानं त्याचं शरीर दणकट दिसत होत. मन प्रसन्न राहण्यासाठी ते काही वेळ नातवंडांना खेळवण्यात घालवीत असत. गावातल्या सर्वच जाती धर्मातल्या बाया-माणसांशी मिळून-मिसळून वागण्याचा त्यांचा स्वभाव होता. विश्वासराव पाटील म्हणजे एक दिलखुलास व्यक्तिमत्त्व होतं. पण दोन नंबरचे धंदे करणाऱ्यांचा कर्दनकाळच!

गावाचा कायापालट करण्याचा त्यांचा प्रामाणिक प्रयत्न असायचा. अनेक नव-नविन आव्हान स्वीकारून ते आतापर्यंत कसोटीस उतरले होते. त्याबद्दल सांगायचे झाल्यास त्यांनी जेव्हा सुरूवातीला ग्रामपंचायतीचा कारभार हाती घेतला होता. तेव्हा ग्रामपंचायतीच्या बँक खात्यात केवळ एक हजा रुपये होते. ग्रामपंचायतीच्या कर्मचाऱ्यांच्या पगाराची वणवण होती. पगार थकीत झाले होते. जुनी देणी बरीच बाकी होती. असा हा हिशोब जेव्हा ग्रामविकास अधिकारी साहेबांनी नजरेस आणून दिला होता तेव्हा यामध्ये सुधारणा करण्याच्या दृष्टीने त्यांनी अधिकाऱ्यास शब्द दिला. व

यामधून वाट कशी काढायची ते त्यांनी या अधिकाऱ्यास दुसऱ्या दिवशी समजावून सांगितली. फक्त तुमचं सहकार्य मात्र उपेक्षित असल्याचं त्यांनी म्हटलं. ग्रामविकास अधिकारी गायकवाड साहेबांनी होकार दिला होता. सर्वप्रथम त्यांनी ग्रामविकास अधिकारी यांच्या सहकार्याने थकीत असलेली घरपट्टी पाणी कर वसुली सक्तीने करण्याकडे लक्ष घातलं. सहजा-सहजी देणाऱ्यांची संख्या कमी होती. पहिल्यांदा त्यांनी यांच्याकडून थकीत वसुली केली. नंतरच्या टप्प्यात सक्ती करून वेळप्रसंगी धाकटधपट करून वसुली चालूच ठेवली. तरीही काही चार-पाच गुंड प्रवृत्तीचे असणारे मागेच राहिले होते. त्यांच्याकरिता राजकीय बळाचा वापर करून नांदुऱ्याहून दोन पोलिसांना बोलावून घेतले. त्यांना सोबत घेऊन राहिलेल्यांकडून थकीत असलेली रक्कम त्यांनी वसूल करून दाखविली. खरं तर अशा प्रवृत्तीचे चार-दोन लोक प्रत्येक गावात असतातच त्याला डोलारखेड हे थोडंच अपवाद ठरणार!

गावातल्या लोकांनी या अभियानास अशा प्रकारे हातभार लावला होता. त्यांना हे माहीत होतं की, थकीत जमा केलेली रक्कम ही गावाच्या विकासाकरिताच लावल्या जाईल ह्याची खात्री समस्त गावकऱ्यांना होती. तरीसुद्धा त्यांच्या हातचा पैसा मात्र सुटत नव्हता. त्यांना जबरदस्ती करावी लागली होती. विश्वासराव पाटीलऐवजी दुसरा कोणताही सरपंच असता तर हे काम झालंच नसतं हेही तेवढचं खरं होतं. याबाबची जाणीव ग्रामविकास अधिकाऱ्याससुद्धा होती.

थकित रुपये जमा होता बरोबर त्यांनी आधी थकित असलेले पगार दिले. कारण कौटुंबिक समस्या कशा असतात ते त्यांना चांगलेच ठाऊक होते. महादेव बाभूळकरच्या घरासमोर बोअरवेल करून त्यावर हात पंप बसविला. या गावात हा एकमेव हातपंप होता. मागच्या पंचवार्षिक योजनेद्वारा अजाबराव पाटलाच्या घरासमोरच्या विहिरीची दुरुस्ती करून त्या विहिरीवर इलेक्ट्रिकची मोटार बोअरवेल होती. भरपूर पाणी असल्यानं गावात पाणी पुरवठा करण्यासाठी या एकमेव विहिरीचा वापर होऊ लागला. गावातील रस्त्यांची सुधारणा केली. फंडातून पाईप लाईन टाकून दिली. स्वजलधारा योजना रखडल्यामुळे पुढचं काम थांबलं असलं तरी त्यासाठी युद्ध पातळीवर प्रयत्न चालू होते. घरकुल योजनेतून विस-पंचवीस लाभार्थ्यांना मंजुरात मिळवून दिली होती. उन्हाळ्यात भारनियमन असतांनाही योग्य वेळी विहिरीवर इलेक्ट्रिकची मोटार सुरू करून पाणी पुरवठा नियमित गल्लीनुसार देण्यात यश आलं होतं. महिलांसाठी राबविण्यात येणाऱ्या विविध योजनांचा लाभ मिळवून दिला. हे सर्व त्यांनी योग्य असं नियोजन करून व ग्रामविकास अधिकारी सोबत घेऊन गावाचा विकास आपणच साधू शकतो हे त्यांनी कृतीतून दाखवून दिलं. सर्व गावाचा विश्वास

त्यांनी संपादन केला होता. गेल्या वीस वर्षांपासून ते संरपंचाचं पद साभाळत होते.

याचबरोबर त्यांचे शिक्षणाकडेही लक्ष होते. वास्तविक पहाता त्यांना शिक्षणाची आवड होती. तरीसुद्धा ते दोन वर्गापेक्षा जास्त शिक्षण घेऊ शकले नाही. खरं सांगायच झाल्यास विश्वासरावांना काही कारणास्तव शाळा सोडावी लागली होती. आपल्या सारखीच वेळ गावातल्या मुलांवर येऊ नये यासाठीसुद्धा ते धडपडताना दिसत होते. त्यांनी गावात असलेल्या चौथी पर्यंतच्या शाळेतील हेडमास्तरांशी संपर्क करून आमदाराला हाताशी धरून शिक्षणाधिकारी कार्यालयात जाऊन शिक्षणाधिकारी यांना विश्वासात घेऊन गावात चौथी वरून सातव्या वर्गाची तुकडी आणण्यामध्ये त्यांचा सिंहाचा वाटा होता. त्यांना माहीत होते की, शिक्षणाकरिता करण्यात आलेला खर्च हा खर्च नसून ती भविष्यातली साठवण आहे. म्हणूनच शिक्षण हे महत्त्वाचे आहे. मुलांना अभ्यासाचा कंटाळा आल्यास ते त्यांना शिक्षणाचे महत्त्व समजावून सांगून त्यांना शाळेत यावयास भाग पाडत होते. ते त्यांच्या पालकांनाही शिक्षणाचे महत्त्व समजावून सांगून त्यांना शाळेत यावयास भाग पाडत होते. ते त्यांच्या पालकांनाही शिक्षणाचे महत्त्व समाजावून सांगत होते. चांगला नागरिक होण्याकरिता शिक्षणचं महत्त्व असल्याच सांगून नि:स्वार्थी बुद्धीने ते कार्य करीत होते.

शनिवारचा दिवस होता. गावात लाईन नसल्यानं अंधारच-अंधार पसरला होता. रस्त्यावर सारंगधर देठे हा भीमराव रणसिंगे कडे कामानिमित्त आला होता. घराच्या अंगणात कुणीतरी उभं असल्याचं गोदावरीबाईला भास झाला होता. त्यातल्या-त्यात लाईन नसल्यानं गोदावरीबाईच्या हातातल्या दिव्याच्या मिणमिणत्या उजेडात ती उभं असल्याचं खरं का खोटं पाहण्याकरिता थोडी पुढं आली होती व अशा या उजेडात ती ओळखण्याचे प्रयत्न करू लागली, पण वयख कायी पूरत नवती. ती बोलण्यापूर्वीच सारंगधरने तिला म्हटलं,

"कोन, वयनी काय?"

आवाजावरून आता मात्र वयखलं, "बाप्पा, एवळ्या अंधारात कुठी फिरता?"

"भिमा भौ कुठी हाय?" त्यांनी घाईनं इचारलं.

"अंदर त् या, आंगणातूनचं काहून पुसता?" गोदावरीबाई हसून म्हणाली, "अंदर याले भेव लागते का माहयं?"

"थटट्ा नका करू वैनी, लवकर सांगा भिमा कुठीसा हाय ते?" तो घाईनेच म्हणाला.

"ते गेले दुसरी बायको कऱ्याले..."

"काय मस्करी करून राहयल्या वैनी" लवकर सांगा भिमराव भौ कुठीसा

गेले त...

सारंगधरचा चेहरा थोडा पडला होता. "काहून, एवढं कोन्त काम हाय?"

"होतं एक. पण ते कायी तुमाले सांग्यासारखं नायी..."

तोच भिमराव घरी आला.

सारंगधरने भिमाला बाजूला नेलं व म्हणाला, "लेका भिमा लाइन त् कायी मयनाभर येत नायी म्हणते अन् पयलेच दोन मयने बंद जे हाय तेही बंद करून राहयले..."

"कोण सांगलं रे तुले"

"कोकाटे वायरमन म्हणत होता."

"महिनाभर लाईन जर का आली नायी त् माहया पाच एकरातल्या अख्या गव्हाचा नासचं अन् त्याच्या बराबर माहया आयुष्याचं आणखीनचं मातेरच झालं समझ गड्या..." एवढी बिजवाई अन् खत महागाईचं टाकलं मी यंदाच्या वर्षी कसे तरी चार पैसे जमा झाले होते म्हूनशच्या ठोक्यानं वावर केलं अन् हे यावर्षी असं झालं."

भिमराव शांतपणे सारंगधरला म्हणाला, "हे पाय सारंग्या याच्यावर एकच उपाय हाय, तो म्हणजे आपले सरपंच विश्वासराव पाटील यातून काहीना-काही मार्ग जरूर काढतील..."

"खरंच"

"मले असं काऊन वाटते जवा पासून ते सरपंच झाले तवापासून त्याईनं कोणाचं तरी नुकसान हू दिलं काय?"

"तू म्हणतं तेही बराबर हाय"

"लेका त्यांईच्या पुढं काय अन् माघारी बी गावचे लोकं नाव घेतात."

"ते त् गावचं नुकसान ते सवताचचं नुकसान समझतात..."

"आजलोक त् अशी अवस्था त्यांईन कधी येऊ दिली नाय"

"ते त् त्यांईच्या खिशातले पैसे टाकून बिलं भरत आले..."

"हे समदं खरं हाय तूवं... पण ते कदलोक खिशातले पैसे भरतीन? कालरोजी ते गायकवाड सायबासोबत रातच्यालोक बिलासाठी हिंडले पण काही लोकांईन पैसे देले अन् कायीन नायी देले... मायासगट ज्यांयीन् देले ते हाताच्या कांड्यावर मोज्याईतकेच... पुढं काय?"

"अरे तुया गव्हाचं सोड प्यायलेभी पाणी हाय की नायी? मले त् याचीबी कायजी वाटून रायली..."

"खरचं गड्या यावर्षी नापिकी झाल्यानं लय बेकार झालं.."

"पाटीलचं कदलोक भरतीन बिलं... त्याईलेही पोरं-सोरं हाय... आता लोक त् अशी नामुष्की झाली नवती गड्या..."

"हे साल त् खरचं लय बेकार निंगालं..." भिमा म्हणाला.

भिमानं हे जसं म्हणलं तसा सारंग्या खालीच बसला...

-०-०-

माझ्या लहानपणची शाळा मला आठवली. तेव्हा ती टिन टाकलेली लांबसडक अशी रुंदीला कमी आणि लांबीला जास्त म्हणजे थोडक्यात बखार सारखीच. अशा चार खोल्या. लांब-रुंद सारखी असलेल्या एका खोलीत हेडमास्तरांच ऑफिस होतं. अन् चार वर्ग दिवाळी नंतर तर टिनाच्या वर्गात बसनं म्हणजे एक... वर टिनं जास्त उंचीचे नसल्यानं खूपच गरम होत होतं. वर्ग चार तरी मास्तरं इमानदारीनं शिकवीत होती. त्यामुळे शाळेला दांडी मारण्याची ताकद मात्र कुणात नसली तरी आम्ही मात्र याला अपवादच होतो. मार्च महिना लागला की, घाम भलकसाच येत होता. जरा काय हवा सुटली म्हणजे घामावलेल्या चेहऱ्यांना बरं वाटायचं.

अशीच परिस्थिती घरची. नऊ खंबे मातीचं धाबं अन् त्याच्यासमोर कौलाची वसरी ती मायला सयपाक करता इन, अन् सरपण ठिवून बाजूच्या उलूशाक जागेतच न्हाणी याच्यामंदी धुनं धुयासाठी एक भला मोठा दगड होता. घरावर मातीचा पेंड असल्यानं गर्मी होत होती पण टिनाच्या खोलीच्या पेक्षा कमीच या घराला साधी एखादी खिडकी ही नव्हती. उजेड पडण्यासाठी वरच्या बाजूला वावणं मात्र होत. पण त्यावरी नेहमी गंगाय उलट ठेवलेलं असायचं. त्यामुळे त्याचा असून काही फायदा होत नव्हता. गर्मी फारच झाली तर प्रत्येकाच्या घरी हाताने फिरवावयाचा पंखा होता. फिरवून फिरवून हात दुखायला लागले की, मग मात्र उकाळा सोसण्यास साऱ्याची तयारी असे. आजच्या सारखे पंखे, विजेवर चालवणारे असे अनेक साधनं बजारात विकत भेटतीन असं सपनातही पाहिलं नव्हतं. होता तो रेडिओ. फक्त अजाबराव पाटलांकडे. त्याची मोठी नवाईच वो ती म्हणजे अशी की, एवढ्या कमी जागेत एवढी सारी माणसं अन् आया कशी बरं राहत असतीनं? अन् वाजोणाऱ्यांची त्याही पेक्षा कमाल वाटे ते म्हणजे हे सारं सामान घिवून कसे काय वाजोत असतीनं? त्याईच्या 'ज्या'चं, 'चहा' पानाचं कस असीन? गावात त् दूर-दूर राहूनही बाया माणसं सकाळी नायी त् संध्याकाळी भांडतात... अन् हे मात्र... असे एक नाही त् अनेक प्रश्न मनात येत होते. विचारलं त् धाक-धपट करून गुपचूप बसवावयाचे.

गावात गाई, म्हशी, शेळ्या, मेंढ्या, बैलं यांची संख्या बरीच असल्यानं

संध्याकाळी चरून आल्यावर गाव दणानल्यासारखं वाटत होतं. सर्वांत कमी असनारं जनावर म्हंजे गाढवं. ते फक्त दामू कुंभाराकडे एकूण चार. तशी ही गाढवांची संख्या कमी असली तरी ती होती हे मात्र मान्यच करायले पाहयजे. असे गाढवं प्रत्येकच गावात असतात. जसं गावोगावी हनुमंताचं मंदिर असतेच तसं गाढवांचही... मी माहया बापाला याबाबत विचारलं त् ते नेहमी एकच सांगत, "बाबू एकडाव म्हशी अन् बैलाची संख्या वाढली त् चालीन, पण... गाढवाची संख्या वाढली की, समज गावचा बोऱ्या वाजलाच!"

मी म्हटलं, "असं कावून?"

त् ते म्हणत, "हे तू मोठा झाल्यावर उमगीन..." तेव्हापासून मी विचारनंच सोळ्ळ...

वीसएक फूट खोदलं म्हणजे पाणी लागायचं. त्यामुळे गावातल्या बऱ्याच वावरात विहिरी होत्या. वलीत् असल्यानं गावात रोज संध्याकाळी टुमदार साथ भरत होत. त्यामुळे ताजा भाजीपाला अन् त्यातही सत्ता भेटत होता. जवळपास बरेच लोकांचे वलीत् असल्यानं हातात पैसा खेळता राहल्यानं गावातच मन रमत होतं. नफा नुकसान फार कायी समजत नव्हतं. सर्वांच्या तब्येती ठणठणीत असायच्या त्यामुळे दवाखण्याचा खर्च कमीच. वर्षातून आला त् एखाद्या वेळेस ताप येत होता. त्याच्यासाठी दववाखान्याचं तोंड ही पाहा लागत नव्हतं. घरच्या घरीच ईलाज केल्या जात होता. तब्येत जास्तच बयकली त् आर.एम.पी. झालेला डॉक्टर असायचा. या डॉक्टरले त् गावचे लोक देवच मानत होते.

गाव लहान असलं तरी देवळं मात्र चार. त्यामुळे चार-आठ दिवस गेले की, भंडारा, नवस, जयंती, कुणाची पुण्यतिथी, भागवत सप्ता, कधी बारसं, जत्रा तर कधी लग्न सोहळ्यांवर सोहळे असं काही ना काही चालत होतं. असं इथलं जनजीवन असल्यानं वर्षातले पाच-सहा महिने एक वेळ बाहेरच जेवण असायचं. घरचं जेवण म्हटलं की, भाकरी अन् भाजी. पंगतीत जेवण म्हटले की वरण, भात, पोळी वांग्याची भाजी, तूप म्हणून डालडा. त्यामुळे आवतन आलं की पंगतीत जेवण करण्यासाठी आम्ही भावंडं हमरातुमरीवर येत होतो. शेवटी मी बापाच्या सोबत, तर बहिण, मायच्या सोबत जात होती. गावात वलीत मात्र दोन एकराच्यावर कोणाचंच नव्हतं. मोटीनं पाणी देण्याची पद्धत होती. दिवसभरात दोन एकर वलीत हुईन एवढच पाणी उपसल्या जात होतं.

विश्वासराव सरपंच झाले त्याच्या दुसऱ्या पंचवार्षिकमध्ये विजेच्या बाबतीत गावकऱ्यांची सभा बोलावून विजेच्या बाबतीत सगळी माहिती वीज कंपनीच्या साहेबांले

बोलवून सांगायला लावली होती. विश्वासराव म्हणजे आडदांड अंगवळणाचा तरुण म्हणून त्यांच्याकडे पाहयलं जायचं, कसलेलं शरीर पाहून त्यांच्या वाटेला जाण्याचं धाडस मात्र कोणी करत नव्हतं. त्यामुळे विश्वासराव म्हणतील तेच खरं. म्हणूनच सभेला गावातली झाडून पुसून माणसं असायची. या सभेत वीजे बद्दलची माहिती काहींले पटली अन् काहीच्या मनात भीती होता. चांगलाच गोंधळ होता. हे पाटलाच्या लक्षात जसं आलं तसं त्यांनी परत दुसऱ्या दिवशी साहेबांले बोलावून लोकाईच्या मनातलं भीती दूर करण्याची भरपूर प्रयत्न केले. यावेळेस त्यांना बऱ्यापैकी यशही आलं होतं. म्हणूनच बरेच लोकं लाईन घेण्यास तयार झाले होते. तसे अर्ज ही त्यांनी पटकन भरून दिले.

सुरुवातीला ग्रामपंचायतीमार्फत गावात रस्त्यावरची लाईन सुरू झाली. त्यामुळे गाव झगमगीत झालं. सातला झोपणारं गाव आता दहापर्यंत जागी राहू लागलं. नंतर उरल्या-सुरल्या लोकाईनं घरात लाईन घेण्याकरिता अर्ज केले. जस-जसे अर्ज भरल्या गेले तस-तसे घरामध्ये लाईन घेतल्या गेली. प्रभाकर कंदीलं कमी झाले अन् विजेचे महत्त्व हळूहळू गावकऱ्यांना पटू लागले. घरामध्ये जसे वीजेवर चालणारे पंखे बसविल्या गेले तसे हातानं वापरणारे पंखे गावकुसाबाहेर फेकल्या गेले. उन्हाळ्यातील उकाळा कमी होण्यास मदत झाली खरी पण तेवढचं खर्चानं तोंड वर काढलं होतं. एवढेच काय तर झोपडपट्टीतही लाईन गेली होती. वीज बिलं वेळच्यावेळी भरत असल्यानं. वीज जात नव्हती. त्यामुळे वेळच्या वेळी सर्व कामं आटपत होती. रेडिओची जागा टी.व्ही.न् घेतली. तेव्हापासून घरात बोलनं कमी झालं. अन् टी.व्ही.तलं कुटुंब आपलं झालं. अन् घरातलं वाऱ्यावर सोडल्यागत जमा होता.

हळूहळू विहिरीवर इलेक्ट्रिकच्या मोटार बसवून वलीतं वाढू लागली. ज्या ठिकाणी दोन एकर वलीत होत-होतं त्या ठिकाणी आता नंबरचे नंबर वलीत होऊ लागली होती. पाण्याचा वापर दिवसेंदिवस भरमसाट वाढू लागला होता. पहिल्यापेक्षा उत्पन्नातही वाढ झाली होती. मोटीनं पाणी उपसा लागत होतं तेव्हा पाण्याची किंमत होती. पण आज नुसतं बटण दाबलं की, पायजे तेवळं पाणी उपसल्या जात असल्यानं पाण्याची किंमत पाण्याची किंमत हळूहळू कमी झाल्यासारखी वाटू लागली होती. घरातसुद्धा पाण्याचा असाच वापर होता. विहिरी वरून ओढून जेव्हा पाणी भरल्या जात होतं तेव्हा ग्लासातलं अर्धे पाणी फेकून दिलं तरी आई, बहिण, वहिनी, पाणी फेकणाऱ्यास उपदेशाचे डोस पाजल्याशिवाय सोडत नसे. पण आज मात्र अर्धाच काय पण पूर्णही ग्लास पाण्याने भरलेला फेकला त् कोणीच म्हणायला तयार नाही. विश्वासराव बऱ्याच वेळा लोकांना म्हणत, "माजले लेकहो तुम्ही... किती हा

पाण्याचा नासोळा..., या गोठीवर माहा ईस्वास ठेवा अशानं पाणी कमी झालं तू प्याले नायी भेटणार... मंग पाणी-पाणी करून मरसान त् पाय खोरसान पण कोणी पाणी देणार नायी.'' पण कोणीही त्यांच ऐकायला तयारच नव्हतं. हे खरंच कोणाच्याच ध्यानात आलं नव्हतं. पाण्याचा जसा भरमसाट वापर होता तसाच वापर विजेचाही सुरू झाला होता. ह्या दोन्ही गोष्ट कमी पडतीन असं कोणालाच वाटत नव्हतं. पण आज मात्र ती वेळ आल्यासारखी वाटत होती.

वीस-पंचवीस वर्षाचा काळ कसा गेला हे कोणालाच समजलं नाही. हळूहळू काळ बदलला होता. मात्र लोकांच्या सवई बदलू लागल्या होत्या. दर पावसाळ्यात मातीला भिजवणारे मृगाच्या थेंबांची माया पातळ होऊ लागली होती. पूर्वी जसे आंब्याचे झाडं मोहरत होते पण यावर्षी पाणी कमी झाल्यानं आलेला मोहर साराचा सारा झळून गेला होता. दर वर्षाला पावसाळा कमी-कमी होऊ लागल्यानं विहिरीचे पाणी आटू लागले होते. वलीतं कमी होऊ लागली. शिवारात चार दोन लोकांच्याच विहिरीस थोडेफार पाणी होते. गावातही तसचं. खऱ्या अर्थानं आता रखरखीत उन्हाळा सुरू झाला होता. उत्पन्न घटले होते. महागाई वाढली. गरजाही वाढल्या होत्या. जणू काही काळाच्या बेरजा संपल्यागत वाटत होत्या परत वजाबाक्या करायला काळाने सुरुवात केली की, काय असे वाटायला लागले होते.

गावाचं वैभव कमी होऊ लागलं होतं. गावाच्या भोवती अटळ विनाशाचा साप वेटाळून बसला की काय? असे वाटायला लागले. आयुष्यभर मरमर करणारा विश्वासराव, सरपंच जरी असला, तरी तेसुद्धा आज थकल्यागत झाले होते. त्यांचे म्हणणे या वेळेला काही कानावर घेत होत तर काही घेत नव्हते. वय बरच झालं होतं. असं असलं तरीसुद्धा ते गावच्या भल्यासाठी जे काही करायचं ते करतच होते. उत्पन्न कमी झाल्यानं ग्रामपंचायतीची घरपट्टी भरायला लोक तयारच होत नव्हते. त्यामुळे सुरुवातीला रस्त्यावरचे लाईट नाइलाजास्तव बंद करावे लागले होते. तरीही लोक घरपट्टी भरत नव्हते.

विश्वासरावांनी गावकऱ्यांना खूप समजावून सांगितले. परंतु त्याचा थोडाही फरक पडला नव्हता. काहींच्या घरातील वीज कट झाल्याने लाईट बंद झाले. वीज बीलं अधिकाधिक वाढल्यानं व त्यामुळे ते थकीत झाल्यानं जवळपास अर्धेच्यावर घरातील वीज नाइलाजास्तव कापल्या गेली. ग्रामपंचायतीची पूर्ण वीज कट केल्या गेली होती. अजाबराव पाटलाच्या घरासमोरच्या विहिरीची दुरुस्ती करून त्या विहिरीवर इलेक्ट्रिकची मोटार अथक परिश्रमानं बसविली होती परंतु आज मात्र त्या इलेक्ट्रिकच्या मोटारची लाईन कट झाल्यामुळे गावात होणारा पाणीपुरवठा बंद झाला होता. आता

मात्र पिण्याच्या व वापराच्या पाण्याकरिता महादेव बाभूळकरच्या घरासमोर बोअरवेल वर हातपंप बसविला होता त्यावरूनच अख्खा गाव पाणी उपसत होता.

सरपंच पाटलांनी राजकारणी लोकांना भेटून हाताबाहेर गेलेली परिस्थिती सांगितली. प्रत्येकांनी प्रयत्न करू असे आश्वासन दिले व शक्य ती मदतही केली होती. त्याचा बराच उपयोगही झाला. विश्वासराव थकले असले तरी गावाचा त्यांना कळवळा होता. ते सकाळी व संध्याकाळी रोज ग्रामविकास अधिकाऱ्यास सोबतीला घेऊन घरपट्टी जमा करण्यास फिरत होते. परंतु खाली हातानचं ते परत येत होते. आज चैत्राचं रखरखीत ऊन त्यांच्या अंगावर पडलं होतं... नागमनी कपड्याची बंडी घामानं थपथप झाली होती. वीज आल्यामुळे हात पंख्यांनी फारकत घेतली होती. एवढच काय पण ते डोळ्यांनाही दिसेनासे झाले होते. डोक्यावर गरगर फिरणारा पंखा वीज कट झाल्यानं कधीचाच बंद झाला होता... 'हुश्य... हुश्य...' करीत ते घरातल्या घरात येरझारा घालत होते. आज वीज बिलं न भरण्याचा गावकऱ्यांनी घेतलला निर्णय एक दिवस नक्कीच महागात पडेल... असं त्यांना वाटत होते. आणि आपण गावच्या भल्यासाठी गावात वीज आणण्याचा अंदाज चुकला की काय? असे त्यांना वाटत होते. बरा होता प्रभाकर कंदील अन् त्या बत्त्या. असा विचार करत ते घरातून बाहेर पडले. रस्त्याच्या बाजूला असलेल्या झाडाच्या सावलीत उभे राहिले. आता त्यांना रखरखीतपणा थोडा कमी जाणवू लागला होता. हे कमी झाल्याचं विश्वासरावांच्या चेहऱ्यावरून चांगलंच वाचता आलं होतं. परंतु आज मात्र गावात नापिकी व वीज कट झाल्यानं गावातील कौटुंबिक नात्यागोत्यांची वीण आर्थिक समस्येमुळे सैल होते की काय अशी त्यांना भीती वाटत होती. या व अशा अनेक बऱ्या वाईट घटनांचा लेखाजोखा काळानेही त्याच्या चोपडीत बांधून ठेवला होता. आणि गावातील घट्ट झालेला नात्यागोत्यातील तणाव वाढत चालला होता ही दुर्दैवी बाब पुढे येत होती. म्हणून ही वीण पुन्हा घट्ट व्हावी, गावाची एकी दिसावी. एकीची बेकी होऊ नये याकरता काय करावं लागणार याबद्दल विश्वासराव विचार करीत होते.

-०-०-

निसर्गाच्या लहरीपणाचा जबर फटका या वर्षीही येथील शेतकरी, शेतमजुरांना बसला होता. यावर्षी जून महिन्यात फारच कमी पाऊस झाला, त्यामुळे पेरण्या लांबल्या. काही ठिकाणी त् दुबार-तिबार पेरणी शेतकऱ्यांना कराव्या वलीतं त् बंदच झाली होती. अन् होती ती फारच कमी. अन् कोरडवाहूचही काही खरं दिसत नव्हतं. नापिकीमुळे अनेक शेतकरी, शेतमजूर कर्जबाजारी झाले होते. डिगंबर चोपडे, भगवान राठी, अनिल इंगळे, विठ्ठल वाघ, सुरेश वाकोडे, सुनील बोदडे अशी

गावातील पाच-सहांची प्रत्येकी एकर-दोन एकर वलीतं शिल्लक राहयली होती.

यावर्षी नव्यानचं ठोक्यानं शेत घेऊन सारंगनं गहू पेरला होता. मोल मजुरी करून चार पैसे वाचवून जास्ती मेहनत यासाठी होती की, पुढल्या वर्षी त्याला जमलचं तू पोरीचं लगन करायच असल्यानं हे जास्तीच काम त्यानं हातावर घेतलं. पण यावर्षी तो चांगलाच अडचणीत सापडला होता. हीच परिस्थिती आजू-बाजूच्या गावांचीही होती. शेतकऱ्यांच्या विरोधात वीज कंपनी उभी राहिली होती. १५-१६तासांचे भारनियमन ; गावठाण फिडरची कामे रेंगाळली होती; शासन शेतकऱ्याकडे लक्ष देत नव्हतं. दिलं असतं त् ही परिस्थिती कदाचित शेतकऱ्यावर आलीच नसती. वरून देशाचा राजा शेतकऱ्याला म्हणायचा. एक प्रकारे शासनसुद्धा शेतकऱ्यांची थट्टाच करत असल्याचं लक्षात येत होतं... चोवीस तास लाईन देत नव्हतं म्हणूनच अतिरिक्त भारनियमाने सर्वच त्रासून गेले होते. पण सत्तेपुढं शहाणपण चालत नव्हतं.

बाजूला असलेलं खेर्डा येथे तर बिलं भरूनही वीज बंद होती. सततच्या भारनियमामुळे खेर्ड्याचेही लोक त्रस्त झाले होते. दहा-दहा दिवसांनी प्यायच पाणी मिळत होतं. बागायतीचं त् नावच नव्हतं. 'एक्सप्रेस फिडर' बसविण्यासाठी त्यांनी ग्रामपंचायात मध्ये मासिक सभेत ठरावही पास केला. एवढचं काय तर त्यासाठी लागणारा आवश्यक खर्च करण्याची तयारीही दाखविली तरीसुद्धा कार्यकारी अभियंत्याने या बाबीला केराची टोपली दाखविली होती. शासनासोबतच अधिकारीही काम करण्यास उदासीन होते. उदासले म्हटल्यापेक्षा मस्तावले जास्त होते. कारण त्यांना कोणाचाच धाक राहिला नव्हता. सारं कमीशनवर चालत होतं. वीज कधीही येत होती अन् कधीही जात होती. त्यामुळे शेतात काम कसं कराव हे काही सुचत नव्हतं.

असीच स्थिती डोलारखेडची. सारंगधर देठेने तर कर्ज काढून व बायकोजवळचे सोन्याचे चार मनी, दोन डोरले सोनाराजवळ गहाण ठिवून थकीत बिलाचे पैसे भरले होते. पाच एकर वावर ठोक्यानं करून गहू पेरला होता. लाईन कधी यायची व कधीही जायची. या गोष्टीला सारंग वैतागला होता. कारण गव्हाले पाणी देता येत नव्हतं. वरून मजुरीही डुबत होती. उंबीवर येल गहू सुकत चाल्ला होता. काय करा हे काही त्याला सुचत नव्हतं. व या रागातच त्यानं गावात येवून श्रीकृष्ण रणसिंगेच्या दुकानावरील 'क्वाईन बॉक्स' वरून नांदुरा एमएसईबीच्या सबस्टेशनला फोन लावला.

हॅलोऽऽ...

हॅलोऽऽ... सबस्टेशन नांदुरा...

हा... कोण?

मी डोलारखेडहून बोलतो साहेब... माझ नाव आहे सारंगधर कोंडू देठे...

बोला... बोला...

मी म्हणतो की, तुमी दहा-दहा मिन्टंच लाईन का देता बुआ...

हॅलो... हे पहा देठे सध्या लाईन गेली अहो खामगाववरून...

खामगाव वरून...

हो, खामगाहून...

पण मले तुमी एक सांगा की, खामगाहूनच लाईन काहून जाऊ देता तुम्ही...

हे पहा देठे, तुम्ही खामगावच्या एमएसईबीच्या आफिसात फोन लावा... अन् इचारा तिथं...

खामगावले, फोन लावला त् ते म्हणतात की, नांदुऱ्याच्या सब स्टेशनले लावा...

हे पहा देठे, इथून लाईन सुरू असती त् भानगडच झाली नसती ना...

हॅलो... सध्या लाईन खामगाहून गेली... कितीदा एकच गोष्ट सांगा लागते राजहो... बाकीचे काम आहेत न् आम्हाले.

बरं... साहेब, हे कुठूनही गेली असली तरी लाईन तुम्ही दहा-दहा मिनिटं अन् जास्तीत जास्त पंधरा-पंधरा मिनिटंच काऊन देता? बिल त् आमी पुरे भरतो. तरीबी असं कावून करता? अन् भरलं नायी त् उरावर उभेच राहयता पैसे घे लोक... बिलंही काही कमी नसतात बुआ... लाईन कमी अन् बिलंच जास्त...

हो, पण त्याचं असं आहे की सध्या लाईन कमी पळून राह्यली... यावर्षी पाणी येऊन नाही राहयलं कमी पळ्ळन!!

काय पाणी ईवून नायी राहयलं म्हणता साहेबऽऽ...

आता या वधरच्या पाण्यानं काई पळ्ळसीन म्हणता... आता काई जास्तही बगाईत् नायी रायले...

बर... साडे पाचला इन का लाईन... कालबी साडेपाचले लाईन आल्ती अन्...

अन् काय?

अहो साडे पाचले लाईन आल्ती... अन् पवनेसहाले गमोलीबी तुमीनं राज्या... कसं करा आमी... वलीतं त् सोळा, प्याचही पाणी व्हतं नायी साहेब...

हे पाहा, देठे, खामगावहूनच त् लाईन जाते... मंग आमी काय करा? बरं, खामगावहून कधी जाते हे काही सांगता येत नाही...

साहेब... खामगाव काय निजाम सरकारचं आहे?

की, खामगावात निजाम राहयते? तपून नका दिवू तुम्ही मले साहेब...

तुम्ही खामगावले फोन करून ईचारून घ्यानं... अन् सांगा मले...

मीनं खामगावले फोन लावला त् त्यांईनं तुमचा फोन दाखोला... तुम्ही नांदुऱ्याच्या सबस्टेशनले इचारा.

बोला... बोला...

बस...

हा...

काय राजा हा म्हणताऽऽ...

हॅलो... बोला...

हॅट्... बेकार हायऽ...

बोला...

हे पहा साहेब महा गहू सुकत चाल्ला... असाच सुकत गेला त् काय करा आम्ही? एक दिस वावरातच फासी घ्या लागीनं... राहयलं पोरीच लगन... माहा तेरवंच करा लागीन तिले...

काय करा आमी... लाईन राजहो वरूनच जाते... तुमी ईचाऱ्याले पाहयजे वरच्याईले... साहेब तुम्ही सांगानं आमाल असं की, तुम्ही लाईन घिऊ नका... लाईनच्या भरवशावर राहू नका...

हे पहा देठे, कनेक्शन तोळूनच टाकाना ना... एवढा राग येते त्... कायले आमाले तरास देता...

मी म्हणतो, मंग तुम्ही लाईनचा दयाचा धंदा करताच कशाला? तवा लाईन घ्यासाठी त् मोठे लोणी लावत होते तुम्ही! अन् आज राजेही म्हणता, लाईन कशाले घेता? तुम्ही ही धंदा दया ना सोडून... कुत्र ईचारनार नायी तुमालेबी... आमी पैसे भरतो... फुकटची थोळीच मांगतो तुमाले लाईन...

हे पहा देठे, तुमाले समजत नायी काय, या वर्षी पाणी कमी पळ्ळलं... वर पाहाना जर...

काय बोलता साहेब... वर पहा म्हणता... वर जाऊ काय मी ढिगाच्या आळी पाणी पाहयाले... हॅट् लेका... माणसं की, जनावरं...

अहो, देठे पाणी नसल्यानं वीज निर्माण नाही होऊन राहयली...

काय बोल्ता साहेब, माया अळानी माणसाशी... मले म्हणता इज तयार झाली नायी... अन् तुमच्या शहरातली एक दिवसही लाईन जात नाही... एमआयडीसीत पोरगं हाय ते म्हणते आमच्या कळची लाईनच जातच नाही दिस-रात कारखाने

चालूच असतात... फकस्त आमचीच लाईन जाते... आमच्याच वात्ती निर्माण होत नाही.

...बिलं बराबर टायमो टायमी घेता. थकीत होता बराबर लाईन कापता... आमच्या पोरा-बाळाची हाय काय तुमाले कायी कदर?

आता तुमीच सांगा आमाले की, इज निर्माण कऱ्याले काय रशियात जावा आमी...

हॅलो... देठे तुम्ही ज्याईले निवडून देता त्याईलेच इचाराना... एक आमदार नांदुऱ्यात अन् दोन आमदार खामगावात आहेत एक जलंबात. असे चार-चार आमदार तुमच्या बाजूले अन् उरला सुरला एक खासदार भी आहे... हे तुमालेबी ठाऊक आहे... म्हणून म्हणतो त्यांना ही विचारा ना...

हो त्यांईलेही इचारतो अस थोळचं हाय काई...

इचारा... इचारा... त्याईले म्हणा की, वीज निर्मीती वाढवा... वेळेवर आम्हाले वीज द्या. दुसरं त् कायी मांगत नाही आमी...

हो साहेब, तुमचही म्हणनं बरोबर हाय... पण कमीतकमी एखादा दीडएक तास त् लाईन ठेवत जा... कमीत-कमी... अर्धा-एक एकर त् वलीत होत जाईन रोजचं! अन् गावातल्या लोकाईले प्या पुरतं त् पाणी भरता इन...

हॅलो... आली काय लाईन... अरे हो आली होती पण पंधरा मिनटातच राज्या गमोलीही तुमीनं...

कावून झालंच नाही काय पाणी...

अरे बाबा सातशे वस्तीच गाव अर्ध्याच्यावर गावातले नळं बंद हायेत. पंधरा मिनटात कसं होईनं भरनं...

तुम्हाले दिवसभर पाहयजे अन् आमाले पंधराच मिन्टातच गुंडायता... हॅट् लेका... पंधरा मिनटात कसचं काय करा...

अहो, देठे लाईन खामगावाहून बंद केली. आमाले त् ठाऊक बी नाही.

साहेब, तुम्ही सांगाना त्याईले... की असं नका करू बा...

अहो ही वीज कंपनी आहे... आमी ती वीज इकत घेतो. मंग तुम्हाले देतो.

हे पहा साहेब... तुमही काय करता ते काही सांगू नका. आमी पैसे भरले आमाले वीज द्या...

देठे, 'व्हॉट डू यू से'...

हे पहा साहेब, इंग्लीश नका झाळू... हा सारंग्या अळाण्याच्या पोळचा हाय... लाईन द्याची नसनं त् तसं सांगा..

कायले इंग्लिश झाळता?

हॅला ऽऽ... हॅलोऽऽ...

साहेबानं फोन ठवून देला होता की कट झाला हे त्याचं त्यालेच ठाव... आता काय करा हे सारंगच्या ध्यानातच येत नव्हतं.

तोच त्याला रस्त्यावरून आवाज आला. 'बंद करा बंद करा लोड सेडिंग बंद करा' या मध्ये गावातले अनेक तरुण पोरं, माणसं, हातात रिकामे मडके घेऊन असलेल्या बाया, म्हातारे माणसंसुद्धा अशा स्वरूपाचे नारे देत होते. वीज वितरण कंपनी तसेच उदासीनं असलेल्या शासनाविरुद्ध आवाज देत होते. ह्या मोर्चाचे आयोजन सरपंच विश्वासरावांनी केले असल्याने ह्या मोर्चात सर्वांची लक्ष वेधून घेतलं होतं. डोलारखेडहून निघालेला ह्या मोर्च्यात पुढे-पुढे हिंगणा, कुरखेड, खेर्डा, पातुर्डा, टाकळी अशा या गावातील कार्यकर्ते सामील झाले. सर्वांच एकच दुखणं होत. खरं तर हा निषेधार्थ मोर्चा होता तो म्हणजे वीज वितरण कंपनी व त्यामध्ये काम करणाऱ्या अधिकाऱ्यापासून तर लाईनमन पर्यंतच्या कर्मचाऱ्यांचा विरोध दर्शविणाकरिता आयोजित केला होता. सारंगधर देठेनं उर्मट कर्मचाऱ्याचा नुकताच अनुभव आला होता. त्यामुळे तोही ह्या मोर्च्यात सहभागी होऊन विरोधात नारे देऊ लागला होता. नांदुऱ्याच्या एमएसईबीच्या सबस्टेशनपर्यंत हा मोर्चा येत असतांना शहरातील दुकाने पूर्ण बंद केली होती. ट्राफीकसुद्धा जाम झाली होती. हायवे वर ट्रक्च-ट्रक एसटऱ्या इतर वाहने लांबच्या लांबपर्यंत उभी दिसत होती मात्र कुठेही अनुचित प्रकार घडू नये व मार्चाला गालबोट लागू नये यासाठी विश्वासराव मोर्चेकरांना समजावतांना दिसत होते. मोर्चा शांततेनं पुढे-पुढे सरकत होता. वृद्ध सरपंच या नात्यानं त्यांचे सर्व ऐकतही होते. १५-१६ तासाचे भारनियमन, गावठाण फिडरची रेंगाळलेली कामे, अतिरिक्त भारनियमन, थकीत वीज बिलांना मुदत वाढवून घेण्याबाबत, कट केलेली वीज त्वरीत जोडणी या व अशा मागण्याकरिता व होत असलेल्या वीज कंपनीच्या त्रासाला कंटाळून हजार-दीड हजार लोकांच्या जमावाने वीज वितरण कंपनीच्या साहित्यांची शेवटी रागाच्या भरात येऊन तोड फोड केलीच. या प्रकरणी पोलिसांनी दोन-तीनशे लोकांवर गंभीर स्वरूपाचे गुन्हे नोंदविले. परत विश्वासरावांनी विरोधी पक्ष नेत्याचा धाक दाखून पोलिसांना आव्हान केले ते म्हणजे हे दाखल केलेले गुन्हे खारीज करण्यात यावे. अन्यथा ठिय्या आंदोलनाचा इशारा देताच जमलेल्या सर्वांनीच मोठ्याने आवाज करून होकार कळविला होता. एवढा मोठा मोर्चा पाहता पोलिस प्रशासनाने गुन्हे एक तासाच्या आत खारीज केल्या जातील याबाबत सांगण्यात आले होते. तोच सर्वांनी टाळ्या वाजवून या निर्णयाचे स्वागत केले. पोलिस अधिकाऱ्यांनी

सुद्धा आभार मानले. कारण त्यांना पुढचा होणारा अनुचित प्रकार टाळायचा होता. म्हणूनच त्यांना हा निर्णय घेणे गरजेचे होते. तसे त्यांनी वरिष्ठांना कळविलेसुद्धा होते व त्यांच्याच सांगण्यानुसार हा निर्णय घेतलेला होता.

विश्वासरावांच्या हस्ते तयार केलेले निवेदन वीज वितरण कंपनीचे अधिकारी किशोर काळे यांना देण्यात आले. वीज वितरण कंपनीच्या विरोधातील एवढा मोठा मोर्चा आजपर्यंत किशोर काळे साहेबांनी कधी पाहिला नव्हता. निवेदन दिल्यानंतर विश्वासरावांनी सर्व मोर्चेकऱ्यांचे आभार मानले तसेच वीज विरतण कंपनीच्या अधिकाऱ्याकडून पुन्हा असहकार होत असल्याचे लक्षात आल्यास पुन्हा यापेक्षाही तीव्र आंदोलन छेडल्या जाईल व याला सर्वस्वी जबाबदार म्हणून या अधिकाऱ्यास नोकरीवरून खाली ओढेपर्यंत आंदोलन चालूच राहिला असा दम देऊन आंदोलनाचा शेवट करण्यात आला. या मोर्चाच्या यशस्वीतेसाठी सर्वांचे आभार व्यक्त करून आज रोजीचे आंदोलन इथे थांबविल्याचे त्यांनी सांगितले. उपस्थित सर्व आंदोलकांनी आंदोलन यशस्वी झाल्याबद्दल टाळ्या वाजवून पुन्हा एका 'बंद करा बंद करा लोडसेडींग बंद करा' व 'जो हमसे टकराएगा ओ मिट्टीमे मिल जाएगा' असे एक नव्हे दोन नव्हे तर अनेक नारे देऊन परिसर दुमदुमून टाकला होता. एक-एक करत आप-आपल्या सोईनं सर्व मोर्चेकर आपल्या गावी मोर्चा यशस्वी झाल्याच्या आनंदात घरी परतले होते.

-०-०-

विश्वासरावांना खूप दगदग झाली होती. वयाच्या मानाने ते खरंही होतं. पटांगणात खाट टाकून आज ते आरामात बसले होते. सलग पंचवीस वर्ष ते गावचे सरपंच म्हणून काम पहात होते. संध्याकाळची वेळ असल्यानं महादेव बाभूळकर, सारंधर देठे, पर्वत म्हैसकर, दादाराव तायडे, दिदास रोठे, विष्णू ढोक, ग्रामविकास अधिकारी गायकवाड असे एक नव्हे तर अनेक गावकरी त्यांच्या भेटीसाठी आले होते. कारण नांदुऱ्याच्या एमएसईबी सबस्टेशनर नेलेला आजचा मोर्चा चांगलाच यशस्वी झाला होता. एवढ्या उतारवणातही त्यांनी गावासाठी केलेली धडपड पाहून अनेकांची मने गहीवरून आली होती. हे सर्व पाहून श्रीकृष्णालाही भेटावसं वाटलं पण दुकानं बंद करता येत नव्हतं. कारण संध्याकाळच्या वेळेला गिऱ्हाईकांची गर्दीच असते. म्हणून तो मागे-पुढे करत होता. त्याची भेटीची तगमग त्याच्या बायकोच्या लक्षात आली होती. म्हणून तीन इचारलं, 'तुमी जाता काय मामाजीले भेटयाले.'

हो. पण... पण काय? त्याच्या बोलण्याआधीच ती म्हणाली, 'मी करते न् गिऱ्हायकी.'

"जमीन तुले. तुले काय समजते त्याच्यातलं?" ती गालातल्या गालात थोडीसी हसली व म्हणाली,

"जे नाई समजनं, ते तुमाले आवाज दिवून पुसीनं. झालं तुमच्या मनाचं. नाई त् दुकान बंद करून टाकीनं. आच्च्या दिवस! त्यात काय मोठी गोठ हाय... बंद त् करता इन न्"

सुनीताचं म्हणनं त्याला पटलं होतं. लगेच श्रीकृष्णा दुकानातून बाहेर पडला व रस्त्यानं लागला होता. सुनीता दुकानात बसली. गिऱ्हाइकं येत होती. गिऱ्हाईकाच्या पसंदीचा माल बरोबर देत होती. सुनितानं दुकान सावरलं होतं. तेही दहावी पास असल्यानं पैसे दया-घ्याचे व्यवहार ती बरोबरच करत होती. व्यवहार तिला कळत होता. पण तिच्यावर घरच्यांचा विश्वास नव्हता. या निमित्तानं तिनंही दाखून देलं की मीसुद्धा दुकानदारी करू शकते. असं तिनं दिवे लागेपर्यंत बरोबर दुकान चालोलं होतं. श्रीकृष्णाही इथंपर्यंत पोचला होता व कोण काय म्हणते ते ऐकत होता.

तोच सारंग्या विश्वासरावांशी बोलता-बोलता त्याला एकदम गहिवरून आलं आणि तो ढसाढसा रडू लागला. त्यांनी त्याला जवळ घेतले व त्याचे डोळे पुसले, पाठीवरून धीराचा हात फिरवला. हात फिरवत म्हणले, "सारंग्या, असं रडू नकोबा!" त्याच रडनं थांबण्याऐवजी रडनं अधिक वाढलं होतं व रडता रडता तो म्हणाला, "आमची कायी कायजी करू नका. तुमचं आता वय झालं सरपंच. आमचं जसं हूईन तस हूईन. मोर्च्यात काय दगडफेक झाली असती त् तूमाले त् किती तरी लोकाईनं चिवंदलं असतं. बरं झालं बुआ तसं कायी झालं नाही." व डोयातून त्याच्या पाणी येणं चालूच होतं. हे ऐकून सर्वांनाच दाटून आलं होतं. प्रत्येकाच्या डोयात्लं आसवं गालावर कधी आली ते समजलही नाही. सारंग्यानं जेही म्हटलं ते काही खोटं नव्हतं.

खरोखर गावकऱ्यांच प्रेम विश्वासरावांनवर होतं. कारण त्यांनासुद्धा गावकऱ्यांचा कळवळा होता. "हे पाय." विश्वासराव बोलले, "असं भलंतसलंत नोको बोलू." महादेव, पर्वत, दादाराव, दिदास, विष्णू व गायकवाड साहेब यांनी पण सारंगला समजावण्याचा प्रयत्न केला. हे सारं पाहून विश्वासरावांनासुद्धा बरं वाटलं. गावातील सारीच जाती-जमातीची माणसं-बाया भेटायला आले व्हते. विश्वासराव खाटी वरून खाली उतरले. व सर्वांना शांत व्हा... शांत व्हा... असे म्हणत पुढे बोलले की, गावकऱ्यांनो मी ज्या मागणीसाठी व आपली एकी व्हावी यासाठी हा लढा हाती घेतला त्या लढ्यात आपण सर्व सहभागी झाले या गोष्टीचा मलेही खूप आनंद झाला. यानिमित्तानं का होईना, मात्र आज आपल्या गावाची एकी दिसून आली. तसीच

कुरखेड, खेर्डा, हिंगणा, टाकई, पातूळ्ळा. या गावच्या लोकाईनही मायावर लयच ईस्वास दाखोला. तसं पाह्यलं त् तुमच्या पायन्यात एक गोष्ट हाय ती म्हणजे, बऱ्याच गावा-गावाच एकमत नायी, गावात शेजाऱ्या-शेजाऱ्याचं जमत नाय, एकाच जातीच्याइचं एकसुत नायी, राजकारणात बी तसच हायं, एवळचं काय त् घर-घरातल्यांइचंबी एक मत नायी, ''एक तान्ते इकळे त् दुसरा तान्ते तिकळे'' असं सारं आहे. शिकेल अन् बिनशिकेल दोन्ही सारखेच. मंग याचा फायदा दुसरा घेते. संत महात्म्यांनी त् आपल्या संसारी माणसाले 'बेकीच रस्ता सोळा अन् एकीचा रस्ता धऱ्याले सांगला' आज मात्र मले आपल्या अठी एकी दिसून आली. त्याच्याच्यानंच हे मस्तावलेले अधिकारी नरमले व आपला प्रश्न मार्गी लागला गडेहो! एकीचं फळ भेटलं आपल्या सगळ्याईले. म्हणूनच ईजेचं संकट निस्तारलं.

-०-०-

लोक हात करून ओरडू लागताच पुन्हा विश्वासराव म्हणाले, आयका... आयका... तसेच सारे शांत झाले होते. त्यांनी जे काही सांगितलं होतं ते सर्व निमूटपणे ऐकत होती. वेळ रात्रीची असल्यांन विश्वासरावांनी आटोपतं घेतलं होतं.

गावकऱ्यांशी बोलत असतांना तिथं कोकाटे वायरमन आला होता. त्यासंबंधी त्याला विचारले असतात तो म्हणला की, सकाळच्या नांदुऱ्याच्या एमएसईबी सबस्टेशन कार्यालयावरील या मोर्च्याचे पदसाद केवळ नांदुरा शहरापुरतेच उमटले असे नाही तर तर ही बातमी वाऱ्यासारखी जलंब, खामगाव, मलकापूर येथे गेल्याने काही आमदाराच्या माणसांनी आमदारांच्या कानावार ही गोष्ट टाकताच त्याची दखल घेतली. भाऊसाहेब, रावसाहेब, दादासाहेबांनी कार्यकारी अभियंतता चेतन सकळकळे यांच्याशी पूर्ववत लाईन सुरू करण्यासंबंधी चर्चा करून निर्णय घेण्याचे सांगितले. तसेच गावकऱ्यांच्या लाईन संदर्भातल्या कोणकोणत्या तक्रारी आहेत त्या सोडविण्यात सुद्धा सांगितले. आज कोणत्याही हालतमध्ये गावातील लाईन चालू करून द्या. थकीत बिलाचं नंतर पाहू. पाहिले त्यांच्या पिण्याच्या पाण्याची समस्या सोडविण्यास सांगून ही तत्काळ अंमलबजावणीचे आदेश दिले. वेळ खूप झाला असल्यामुळे अभियंता सकळकळे साहेबांनी आज ऐवजी उद्या लाईन सुरळीत करण्यासंबंधी भाऊसाहेब, रावसाहेब, दादासाहेब, बाबासाहेबांना शब्द दिला परंतु भाऊसाहेबांनी त्यांला नकार देत गावचा जो वायरमन असेल त्याला आजच पाठविण्याचा आग्रह धरला कारण आज गेल्याने तो सकाळी नऊपर्यंत तरी लाईन सुरू करून पिण्याचे पाणी त्यांना लवकर मिळेल हा उद्देश सांगितल्यानं अभियंत्याला पटले मग त्यांनी मला फर्मावले. म्हणूनच एवढ्या उशिरा मी आलो.

त्याच्या हातातील वायरच्या पिशवीत त्यानं पाणी पुरवठा होणाऱ्या विहिरीजवळच्या डीपीवरचे व ग्रामपंचायतीस दिलेल्या खंबेवरचे काढलेले फ्युज आणले होते. ते त्यानं हळूच काढून विश्वासरावांना दाखवले. परंतु एवढ्या रात्री हे फ्युज टाकून व इतर ठिकाणचीही लाईन चालू करणं शक्य नसल्यानं मी हे काम उद्या सकाळी करणार असल्याचं त्यानं सांगितलं. त्यानं हे सांगता बरोबर गावकऱ्या सोबतच सरपंचानासुद्धा आनंद झाला. खऱ्या अर्थानं आपल्या कामाला यश मिळाल्याचा आनंद त्यांच्या चेहऱ्यावर झळकत होता. गेल्या चार महिन्यापासून लाईन बंद होती. मे महिना लागला होता. लाईन पूर्ववत करण्यासंबंधी कोकाटे वायरमनने सांगितलेली अडचण सर्वांनी समजून घेतली. व तसे करण्यास संमतीसुद्धा दिली. कारण गावात थोड्या फार लोकांकडे लाईन होती. परंतु उद्या मात्र सर्व गावात लाईन येईल. चार महिन्यापासून बंद असलेली लाईन पुन्हा सुरू होणार या आनंदात सर्व आपआपल्या घरी गेले.

रस्त्याने जात असतांना भिमा सारंग्याला म्हणाला, ''मी म्हटलं होतं ना तुला की, विश्वासराव काहीही करून लाईन सुरू करतील. तुझा उंबीवर आलेला गहूसुद्धा सुकू देणार नाही अन् प्यायला पाणीसुद्धा कमी पडू देणार नाही.'' त्यावर सारंग फक्त मानेनं हो म्हणून चालता झाला. घरी गेल्या-गेल्या लाईनच्या बाबतीतली ही बातमी त्यानं बायकोला सांगितली. तिलासुद्धा बरं वाटलं. लाईन सुरू झाली की मारोतीला नारळ फोडीन असा नवस ती बोलली. आज डोलारखेडवाशीयांचा आनंद गगनात मावत नव्हता. रात्रीचं जेवण करून थोड्या गप्पाकरून सारंगला झोप कधी लागली हे समजलंसुद्धा नाही.

सकाळ झाली जो-तो आप-आपल्या कामाला लागले होते. कोकाटे वायरमन ग्रामपंचायतीच्या खोलीतच झोपला होता. तोही सकाळी उठून चहा पिण्याकरिता विश्वासरावांच्या घरी आला होता. हातातली वायरची पिशवी त्यानं बाजूला ठेवली. विश्वासरावांचा असलेला घरगडी बबन्यानं कोकाटे वायरमनच्या हातावर 'च्या'ची बशी ठेवली होती. 'च्या' घेता-घेता त्याले हापसीचा व हजर असलेल्या बायांचा आवाज येत होता. कारण बाजूलाच महादेव बाभूळकरचं घर होतं अन् त्याच्या घरासमोरच पाण्याची हापसी बसवली होती. हापसीवर गर्दी बऱ्यापैकी होती. पाणी हापस्याले ज्याई बाईचा नंबर आला तिच्याशी दुसरी बाई हटकून बोलत होती. अन् म्हणत होती, ''जोरानं हापस व्ऽऽ... रातच्याले कमी जेवली व्हती काय? अन् अस् काय पुचक... पुचक... हापसून राहयली... नायी त् व्हय बाजूले मी हापसते...'' असा आवाज येत व्हता. हे सारं कोकाटे वायरमनं पाह्यलं अन् त्याच्या ध्यानात आलं की,

एक-दोन हांडे पाण्यासाठी किती, अन् कसे टोले घ्या लागते हे त्याच्या ध्यानात आलं होतं.

मे महिन्याचा दुसरा दिवस होता. सकाळचे आठ वाजले असतीनं तोच सुभद्रीनं जोरानं आवाज केला होता, "व् माय व् ऽऽऽ..." तिच्या पाठोपाठ हातपंपावरच्या बायांईनभी धावाऽऽ... धावाऽऽ... आवाज करत हातचे हांडे आहे तठीच ठिवून पळायला लागल्या... विश्वासराव बैठकीतून बाहेर आले व कोकाटे वायरमनले इचाराले लागले... "काय झालं रे कोकाटे!!" कोकाटे वायरमनच्या तोंडातून शब्दही त्याच्या ओठावर आला नव्हता... तसेच दोघबी आवजाच्या दिशेनं पळाले... एक गल्ली सोळत नाही त् आगीचा मोठाचा-मोठा लोळ दिसता बरोबर तेही घाबरले. वारा सुटल्याच्यानं गावाच्या पूर्वेला विष्णू ढोक याच्या वावरात असलेल्या डीपीजवळील तारांमध्ये घर्षण होऊन ठिणग्या पडल्या होत्या. त्यामुळे त्याच्या जवळच असलेल्या पऱ्हाटीच्या गंजीनं पेट घेतल्या बाबतचे विश्वासरावांना सांगले होते. सगळीकळे नुसती पळापळ चाल्ली होती. काय करावं कुणासही सुचत नव्हतं. नुसती जीव घेऊन पळा-पळी चालू होती. कुणी धरातला दाणगोटा, तर कोणी घरातले पैसेअळखे, कुणी लाहान पोरबाहं बायको या सर्वांना वाचविण्याच्या प्रयत्नात होते. हा... हा... म्हणता आगीचं तांडव नृत्य गावापर्यंत येऊन पोचलं होतं. मागून आवाज देला, "सुनीता वैनी व्हा बाजूला, कोणाले पावून राह्यल्या?"

असं म्हन्ता बरोबर ती भानावर आली अन् म्हणाली, "महा पिंट्या दिसून नाही राहयला."

असं ऐकताच महादेव भौनं जड उसासा टाकत म्हणला,

"तो कुठीसा आये, ते अगूदर सांगा..."

परत तिच म्हणाली, "सांगावा, लौकर..." पोरगं दिसत नसल्यानं ती चांगलीच भेदरली होती.

आता आग महादेव बाभूळकर, दादाराव तायडे, देवीदास रोठे यांच्या घरापर्यंत पोचली होती. सुनीताले तिचा पोरगा पिंट्या दिसत नसल्यानं तिच्या दोनी डोयाले त् धाराच लागल्या व्हत्या. तेवळ्यात देवीदास रोठेच्या घरातून चार-पाच पोरं बाहीर काळ्ळे होते त्यात महादेव भौले पिंट्या दिसता बरोबर त्याचा हात धरून त्यानं सुनीता वैनीच्या हवाली केलं होतं. तेच सुनिता म्हणाली, "जाऊ दे व माय. महा पिट्यांचा त् जीव वाचला ना... लय उपकार झाले भाऊ तूये!"

आगीत घरंचे घरं पेटत होते. सारी पळापळ. लहान-लहान पोट्टे घिऊन लोक आगीच्या दूर जात होती. आग विझवायले गावात पाणीचं नोतं. हापसीहून कितीक

पाणी हापसानं. तरीबी घरातलं पाणी आगीवर फकू-फकू देत होते. पण काही केल्यानं जमत नव्हतं. आगीचं भयान रूप पाहून विश्वासरावनं परलाद बकाल, तोता जूमळे, भिमा रणसिंगे, गोपाळ वोकोडे यांईले समधी पोरं अन् बायांईले घराच्या बाहीर काळ्याले लावलं अन् दूर निघून जायले सांगता बरोबर सगळ्यांईने तसंच केलं हे बाहीर काढत नायी त् सात-आठ घर अजून खाक झाली होती.

गावातला हा धिंगाणा. अन् तिकडे बाबूराव पाटील अन् दिगंबर अवचार च्या ढोरांईच्या गोठ्यात कळब्यानं पेट घेतला हे जसं समजलं तसं काही लोक ढोरांईच्या गोठ्याकळे पळत सुटले. ज्याले जसं जमलं तस त्यांईन त्यांईचे ढोरं सोळ्ळे होते. पण काही तसेच राह्यल्यांन त्यात जवून मेले. इकळेभी आतालोक सतरा-अठरा घर जवून खाक झाली होती. त्यात कपळे, टी.व्ही. धान्य, घरातलं सारं-सारं काही खाक झालं होतं. वाऱ्याचाही जोर काही कमी होत नोता. आता आगीच्या ठिणग्या गावभर पसरल्या होत्या.

आग आटोक्याच्या बाहीर गेली होती. घराचे दरवाजे, खिळक्या, पेटलेल्या दिसत होत्या अन् कुळा मातीची घर तर कधीचीच नेस्तनाबूत झाली होती. जुन्या-नव्या वस्तीतली चाळीस पंचेचाळीस घर अन् गोठे कधी पेटले हे समजलेही नाही. काही ठिकाणची घरं इतके जळले होते की, त्या ठिकाणी फक्त राखीचे ढिगारेच दिसत होते. सारं गाव सैरभैर झालं होत. प्रत्येकाच्या तोंडचं पाणी पळालं हों. खरं ही आग आटोक्यात आलीही असती पण थकीत वीज बिलापोटी गावातील पाणीपुरवठ्याची वीज गेल्या चार महिन्यापासून खंडित केली होती. त्यामुळे गावात असलेल्या एकाच हातपंपावरील पाणी उपसून आग विझविण्याचा केवीलवाणे प्रयत्न गावकरी करत होते. तर काही घरातलं शिल्लक असलेलं पाणी आगीवर फेकत होते. याशिवाय दुसरं काय करणार...

परिस्थिती आटोक्या बाहेरची झाल्यानं सरपंचानं खामगाव, शेगावच्या नगरपालिकेत विष्णू ढोकच्या मोबाईलवरून फोन करून लागलेल्या आगीच्या वणव्याची संपूर्ण माहिती दिली होती. जो-तो आपलं घर कसं वाचवता ईन ह्याच फिकरीत होते. पण आग काही आटोक्यात येत नव्हती. अनेक घरांची राखरांगोळी झाली होती. इतक्यात खामगाव शेगावहून अग्निशामक दलाच्या गाड्या डोलारखेडमध्ये येऊन पोचल्या होत्या. घरं वाचविण्याच्या पोटी पहिले माझं घर विझवा... पहिले माझं घर विझवा... करून पाईपची ओढाताण लोकं करीत होती. त्यामुळे आग विझविण्यास अधिक विलंब होत होता. त्यात मग आपसात भांडणं सुरू झाली. शेवटी, सरपंच विश्वासराव, अजाबराव देठे, सारंगधर देठे, संतोष देठे यांनी मध्यस्थ करून हे भांडणं तत्काळ

मिटवले. खेळ्ळ्याच्या मयातून पाणी घिवून आगीवर नियंत्रण मिळवण्याकरिता प्रयत्न अग्निशामक दलाच्या गाड्या करत होते. आगीचं तांडव पाहत असतांना व घराची राखरांगोळी पाहून अनेक बाया-माणसांनी हंबरडा फोडला होता. सारंगधर देठेनं भिमाचा हात धरीत एकदम खाली बसला. व डोकं दोन्ही पायाच्या मध्ये घेऊन ढसाढसा रडत होता. अन् रडता रडता म्हणत होता की, ‘‘मी बरबाद झालो... बरबाद झालो... कारण त्याला माहीत होत की, आता पूर्वस्थितीवर यायला खूप वेळ लागणार तोपर्यंत गहू सारा सुकल्याशिवाय राहणार नाही. प्यायलाच नाही तर पिकाला कुठून मिळणार पाणी. भिमा त्याला समजावीत होता. आगीत अजाबराव देठे, महादेव देठे, संतोष देठे, विनायक देठे, श्रीकृष्णा रणसिंगे, सरपंच विश्वासराव, पर्वत म्हैसकर, आदींची घरे जळतांना दिसत होती पण काहीही करता येत नव्हते. उघड्या डोळ्यांनी संसार उद्‌ध्वस्त होत असतांना काळजावर दुःख गोंदल्या जात होतं. कोकाटे वायरमनने आणलेली पिशवी विश्वासरावांच्याच घरी विसल्यानं त्या पिशवीतील आणलेले फ्युजचाही काही फायदा झाला नाही तेही आगीच्या भक्षस्थळी पडले होते. तोही आता काही करू शकत नव्हता. परिस्थिती हाताबाहेर गेल्यानं पाहण्याखेरीज तो काही करू शकत नव्हता. सकाळची वेळ असल्यानं कमीतकमी मानवी जीवित हानी तरी टाळता आली. रात्र असती तर... तसेच गोठ्यातील काही गुरांना मात्र वाचविता आले. काहींना नव्हते. रात्र असती तर हेही शक्य नसते...

शेवटी अग्निशामक दलाच्या गाड्यांनी आगीवर चार-पाच तासात नियंत्रण मिळविले. विष्णू ढोक यांच्या शेतातील डीपी जवळील तारांमध्ये व दादाराव तायडे याच्या घराजवळील तारांमध्ये घर्षण होत असून ठिणग्या पडत असल्याच्या अनेक वेळा तक्रारी करूनसुद्धा वायरमन आणि वीज कंपनीने दखल घेतली नसल्यानं हे आगीचं तांडव रोखता आलं नसल्याचं व पाणी पुरवठा करणाऱ्या विहिरीवरची वीज खंडीत केल्यानं ऐन वेळेवर पाणी नसल्यानं हे सारं घडलं होतं. असे प्रत्येकच सांगत होता. या आगीत जवळपास पाच सहाशे घर संपूर्ण जळून खाक झाली होती व जी शिल्लक राहिली होती त्यामधील्या घरांची खूपच नासधूस झाली होती. अनेक गोठे पूर्णपणे जळली होती. लाखो रुपयाचे नुकसान वीज कंपनीने थकीत बिलासाठी वेठीस धरल्याने व तक्रारीकडे कंपनीने दुर्लक्ष केल्यानं डोलारखेडवर हे संकट आलं होतं. एवढ्या गडबडीत सुद्धा विश्वासरावांच्या प्रयत्नानं अग्निशामक दलाच्या गाड्या तत्काळ आल्यानं जीवित हानी टळली होती.

या आगीची माहिती जसे खामगावचे आमदार तथा विरोधी पक्ष नेते भाऊसाहेब, जलंबचे आमदार रावसाहेब, जि. प. पाटील साहेब, अप्पर जिल्हाधिकारी साहेब,

पोलीस अधीक्षक साहेब, एसडीओ साहेब, तहसीलदार साहेब, या इतरांनी डोलरखेडला भेट देऊन झालेले नुकसानीबाबत पाहणी करून आगग्रस्तांच्या पुनवर्सनाबाबत पोलीस अधीक्षक साहेब यांच्याशी चर्चा करून शासनाकडून त्वरीत सर्व्हे करून नुकसान भरपाई देण्यात यावी व पुनर्वसन त्वरील करावे असे निर्देश पोलीस अधिक्षकासह अतिरिक्त जिल्हाधिकारी व एसडीओ यांना दिले. वीज वितरण कंपनीच्या गलथान कारभारामुळेच हे झाल्याचं लक्षात आल्यानं संपूर्ण चौकशी करावी, अशी मागणीही करण्यात आली.

विरोधी पक्ष नेते भाऊसाहेबांनी संपूर्ण डोलारखेडची पाहणी करित असतांना अनेक संसार उघड्यावर पडल्याचे पाहिले व अनेक स्त्रिया आक्रोश करीत होत्या त्यांचे सांत्वन करतांना त्यांचेही डोळे पाणावले होते. गावची झालेली राखरांगोळी पाहून सरपंच विश्वासराव भाऊसाहेबांच्या खांद्यावर डोके ठेवून ढसाढसा रडत लागलेल्या आगीबद्दल सांगत होते.

भाऊसाहेबांना सुद्धा अनावर झाले होते. कळत-नकळतपणे भाऊसाहेबांच्या डोळ्यातून अश्रू झिरपत होते. या गावचे खऱ्या अर्थाने तुम्हीच आधारवड असल्याची कबुली त्यांनी दिली होती. कारण, ऐनवेळेवर जर विश्वासरावांनी फोन केला नसता तरं संपूर्ण गाव आगीत भस्म झालं असतं. काय शिल्लक राहयलं असतं याचं उत्तरही कुणाला देता आलं नसतं... सारं आयुष्य विश्वासरावांनी गावाकरीता आजपर्यंत पणाला लावलं होतं. आक्रोश करीत असलेलं गाव पाहून त्यांना हे दु:ख पेलवत नव्हतं... म्हणूनच विश्वासरावांना भाऊसाहेबांनी आधारवड असल्याचे म्हटले होते.

गाव जळून राख झालं होतं. नव्हे तर आज शेकडो माणसांचे मनं जळून खाक झाली. याला कारणीभूत असलेली वीज कंपनी. अशा या वीज कंपनीच्या अकार्यक्षम व अन्य गैरकारभारावर सदैव टीका होत असली तरीही सरकारच्या शेतकरी विरोधी व ग्रामीण जनतेच्या प्रती होत असलेली सापत्न व्यवहाराबाबत धोरणांच्या पार्श्वभूमीवर सत्ताधाऱ्यांना गांभीर्याने या वास्तवाची चर्चा करायला गरज वाटत नाही भाऊसाहेब! विरोधी पक्ष नेते म्हणून तुम्ही आमचा प्रश्न शासन दरबारी जरूर मांडा भाऊसाहेब! व पुन्हा त्यांच्या खांद्यावर डोक ठेवून रडत होते. पुढचं बोलायचं होतं पण त्यांच्यातील ताकद संपली होती ती आगीत जळल्यासारखी वाटत होती...

***

१.

आभाळाचे रंग गहिरे

रातच्याले खूप पाणी येनं सुरू झालं. विजांच्या मोठ्या आवाजानं दोन वर्षाचा सतीश अन् पाचवीतली स्मिता त् दचकू-दचकू उठून बसत होती. विजेचा जोरानं आवाज झाला की ते कधी दुर्गीच्या त् कधी सदाच्या आंगाले चिपकत व्हते. बाजूच्या खोलीत आजारी असलेला बाप व त्याच्या सोबतीले माय शेवंता, बहीण मंदा झोपलेली होती. विजेच्या अन् पाण्याच्या आवाजानं तेही जागे झाले होते.

सदा उठून वसरीत आला की, दार उघडून आभाळाकडे पाहत होता... तो बेचैन झाला होता. त्याला कधी घनदाट अंधार तर कधी विजांच्या कडकडाटात काळंभोर आभाळ दिसत व्हतं... कालपर्यंत शांत नि निळ्या आकाशाचं हे अक्राळ-विक्राळ रूप पाहून त्याच्या अंगावर तर काटाच उभा राहिला होता. सुरूवातीला पाणी पडण्याचा आवाज येत होता. नंतर मात्र सोसाट्याचा वारा सुटला निरव शांतता भंग झाली होती. रातकिड्यांचा आवाजही थांबला होता. दार लावून तो आंग टाकत होता त् कधी बाहेर येत होता. सैरभैर झाला असल्यानं रातभर त्याला काही झोप लागली नव्हती. दुर्गीनं एक-दोन खेप मुकाट्यानं झोपा म्हटलंही व्हतं. पण दोघांनाही काही झोप येत नव्हती. दुर्गीलाही मनातून भिती वाटत होती. रातभर दोघांच्याही डोयाले-डोया कायी लागला नव्हता.

मधून-मधून माय शेवंता आवाज देत होती. जोरांन पडणारं पाणी अन् सोसाट्याच्या वाऱ्याच्या आवाजानं घरातले सारे घाबरून गेले होते. त्यांचा जीव एकसारखा धाकधूक करत होता. एक-एक मिनिट त्यांना एक तासासारखा वाटत होता. मनातल्या मनात शेवंताबाई नवस बोलत होती. शेगावच्या गजानन महाराजांना खडीसाखर तर चिखलीच्या देवीस खणानारळाची ओटीबाबत बोलत होती.

सदाची सारखी तगमग सुरू होती. विजांचा आवाज अन् पावसायात येतं तसं येणारं हे पाणी पाहून त् तो थंडागार पडला व्हता. अंधारात पाणी जरी दिसत नसलं

तरी टपोऱ्या थेंबाचा आवाज त्याच्या कानात घुमत होता. ह्या आवाजाला तो कंटाळला परंतु इलाज नव्हता. त्यानं पुन्हा वसरीत येऊन दार उघडलं तोच जोरानं वीज चमकली व एकदम मोठा आवाज आला जणू काही ती वीज त्याच्या दारातच पडल्याचा भास त्याला झाला होता, तसाच तो दचकला नि दार बंद केलं तोच आतून तिघींनीही एकाच वेळी आवाज देला.

"सदाऽऽ..."

माय माऊलीचं ते काळीज... तसचं त्यानं दार बंद केलंच होतं. तो तसाच खाटीवर बसत नाही तोच त्याला आभाळातून जणू काही दगडफेक होत आहे की, काय असा आवाज यायला लागला. तर ही दगडफेक नसून चांगल्या मोठ्या कैरी एवढ्या गारा पडायला सुरूवात झाली होती. फेब्रुवारीत हे अगाशासारखं पाण्यासोबत पडणाऱ्या गारा पाहून त्याचे डोळे पांढरे झाले होते. तो खूपच अस्वस्थ झाला होता. पहिल्यांदाच लोणार परिसरात हे असं घडलं होतं. दुसरं म्हणजे त्याचं काळजी करण्याचं कारण म्हणजे त्यानं यंदा खूप मेहनतीनं व मोला महागाईच बीयाणं बाजारातून आणलं होतं. रासायनिक खतांवरचा खर्च, लागलेली मजुरी हे सर्व त्यानं कर्ज काढून बागाईताचं वावर ठेक्यानं केलं होतं. म्हणूनच रातभर त्याले दिसत होतं ते गहू अन् हरबऱ्याच वावर... हाता तोंडाशी आलेलं पीक... त्यातही पाण्या सोबत असलेल्या गारा अन् सोसाट्याचा वारा...

सोंगून पडलेली, तूर, हरभरा...

रातच्या अंधारात बाहीरचं जराही काहीच दिसत नव्हतं. परंतु आजचं हे उधान अन् पाण्यासोबत असलेल्या गारा त्याच्या वावरात पडत नसून त्या त्याच्या मनावरच पडत होत्या. असह्य झालेलं दु:ख डोळ्याच्या वाटे वाहतं झालं व्हतं... त्याच्या शरीरावर न दिसणाऱ्या परंतु मनावर असणाऱ्या खोल जखमा मात्र झाल्या होत्या. मनाचा थरकाप उडवून देणाऱ्या या वादळी वाऱ्यासोबत त्याच्या मनातले सारे मनसुबेही त्याच्या सोबत उडून गेल्याचं दु:ख आज त्याच्या वाट्यावर आलं व्हतं. रातपासून ढेकळं विरल्यागत झालेला सदा सकाळ होईपर्यंत कसाबसा थांबला व्हता. गहू, हरबरा, सोंगून पडलेल्या तुरीच्या पेंड्यांचं काय झालं हे पाहण्यास तो बेचैन झाला होता. म्हणूनच की, काय जशी पहाट झाली तसा तो दुर्गीले न सांगताच दार उघडून शेताच्या वाटेनं पडला होता. त्याला रस्त्यानं पाण्याऐवजी गाराच गारा दिसल्या. गारांचा खूप मोठा सडाच पडला होता. थरचे थर रस्त्यावर दिसल्यानं तो अधिकच घाबरला...

आता पुढे काय? हा प्रश्न त्याला पडला. जणू काही त्याच्या स्वप्नांवरच ह्या

गारांचा मारा झाला होता. त्याचं हे असं बावचाळनं बरोबरही होतं. कारण ज्या पिकांच्या भरवशावर त्यानं स्वप्न पाहिली, ती पिके तर गेलीच... आता त्यातून कसं सावरायचं ही मोठा प्रश्न होता. तसेच समोर असलेले मुला-मुलीचं शिक्षण, बहिणीच लग्न, म्हाताऱ्या माय-बापाचं आजारपण... उद्ध्वस्त झालेलं जीवन... डोळ्या देखत "होत्याचं नव्हतं" झालेलं पाहतांना त्याचे काळीज गारठून गेले होतं. गहू, हरबऱ्याचं शेत त्याला शोधूनही सापडलं नव्हतं. साऱ्या शिवारात गाराच गारा दिसत होत्या. गारपिटीच्या भीषण संकटाच्या तडाख्यात गारठल्यानं तो शेताच्या बांधावर जसा एकदम बसला... बसला तसा तो उठून उभाही राहू शकत नव्हता. मातीत मिसळलेला गहू, हरभरा, हातातोंडाशी आलेला घास गारपिटीनं हिरावून घेतला होता. सदाच्या समोरची समस्या फक्त पीकं गेल्याचं एवढ्या पुरतीच नव्हती तर यावेळी घेतलेल्या कर्जात वाढ होईल हेसुद्धा होतं व ते कसं फेडायचं म्हणूनच तो आज चांगलाच अडचणीत सापडला होता. एखाद्या चित्रातील नुसते घड असलेला माणसाच्या चित्रासारखी त्याची गत झाली होती. पिके पार जमीनदोस्त झाली होती. अशी ही झालेली नासाडी पाहून भयानक संकट आल्यानं या अस्मानी संकटाचा सामना कसा करायचा. याचं त्याच्याजवळ उत्तर नव्हतं. उलट अनेक प्रश्न मनात येत होते.

कसबसं मन सावरत तो घराकडे परतला होता व विचार करीत होता की कमीत-कमी यावेळेस तरी शासनानं पाठ फिरवावयास नको. आता जगण्यासाठी तरी त्याने तातडीने मदत करायलाच पाहिजे. असे एक वा अनेक विचारात तो घरापर्यंत पोचला होता.

सदा शेतावरून परत आला. परंतु तो सरळ घरात न येता; वसरीतच बसला होता. तो हतबल झाल्यानं आज तो काही न बोलताच शांत बसला होता. चेहऱ्या वरून अस्वस्थ जाणवत होता. बसल्या-बसल्या त्यानं दुर्गीकडे माय-बापाची चौकशी केली. पूर्वजन्मीचा वैरी म्हणून की काय हा गारपीटीचा पाऊस वैरी होऊन रात्रभर कोसळला अन् तोही कैरीएवढ्या गारांच्या सोबतीनं. त्याने भल्याभल्यांची तारांबळ उडवून दिली होती. हातावर पोट भरणाऱ्यांची तर दैनाच केली होती. भल्या-भल्यांची टाकं ढीली झाली होती. गारपीटानं उद्ध्वस्त झालेलं शेत पाहून नैराश्यानं तो पार खचून गेला होता. काय करावं? हा प्रश्न त्याच्यापुढं उभा होता. कोणत्यातरी भलत्याच इचारात असल्याचं दुर्गीला जाणवलं होतं. कारण दोन्ही हाताच्या तळव्यामध्ये चेहरा झाकून तो बसला होता. चेहऱ्यावर अस्वस्थता जाणवत होती. दुर्गी त्याच्या समोर बराच वेळ उभी होती. परंतु त्याचं तिच्याकडे लक्षच नव्हतं. त्यानं तोंडावरचा

तळवा काढलाच नव्हता...

हे दुर्गीच्या लक्षात आल्यावर ती केविलवाण्या स्वरात म्हणाली, "काहो, रातच्याला तुमाले झप ही लागला नायी... थंडीनं तुमचं काही डोकं-बीकं दुखून राह्यलं का?"

तशी सदानं फक्त मान हलविली. हो की, नाही हेही त्यातून समजलं नाही. पुढं तो काही बोललाच नाही... त्याच्या अशा वागण्यानं दुर्गी अधिकच नाराज झाली होती. तिला खात्री झाली की काहीतरी भलत्याच विचारात असल्याची...

मनावर दगड ठेवून तीन इचारलं, "नायी त् मंग तुमी असे कावून नाराजी सारखे बसले? हे तरी सांगा?"

"काय सांगू दुर्गे" सदा म्हणाला, "महा त् आता मनच नायी लागून राहयलं अठी..."

"आं, आता!!, काय झालं! ते सांगसान की नायी पस्ट-पस्ट मले अगूदर?"

"कसे सांगू दुर्गे, आता आपलं कायी खरं नायी... व्हतं नव्हतं ते सारं मातीत गेलं..."

"तूच सांग आता, मी काय करू?"

"पोरीले शाळंत कसं धाडू... मंदीचं पक्क करेल लगन कोणाच्या माथी करू? बापाले काय डाक्टरबिनाच मरू दिवू... मायच कसं व्हईन... माया त् पायाखाली जमीनच नायी रायली... म्या आता कसं करू...?"

"एवळं सारं बरबाद झालं, त् मंग आता तूच सांग मी आता काय करू...?"

"महा आता कसं हूईन?"

"मंग कुठी जाता? जरा दमानं घ्या माणसानं... एवळी घाई करून कसं जमलं..."

"देव जिकडं रस्ता दाखवीन जाऊ तिकडे..."

"म्हणजे?"

"मले त्..."

"हे पहा, असं भलकायीच आणू नका मनात..."

"मंग मी बी..."

"कायले लगनं केलं? तुम्ही असं म्हणता तू अठी राहय, मंग म्या काय करू... सत्या, स्मितीच्या शाळेचं, माय-बापचं आजाराचं अन् मंदीचं लगन कसं हूईन? देता का त्याईले अन् मले वाऱ्यावर सोळून... असे संकट येतच रायतात...

त्यातून कायी ना कायी मार्ग निंगीलच... एवढं हवालदिल कशापरी व्हता. आपून कोणाच बंरु केलंच नायी त् आपलं देव कसं बुरं करीनं? याचा केला काय ईचार तुम्ही जरासकतरी... म्हून म्हणते... आरं हाट् माणसाराया माणूस अन् हा काय बेकार ईचार करता. द्या तो सोळून...'', ''मी हाय नवं दुखा सुखाले...'' तुमच्या सोबतीले''

तोच सदा म्हणाला, ''नायी माहाच ईचार बराबर हाय...''

''ईचार बराबर हाय त् मिही तुमच्याच बराबर... या माया ईचारावर ठाम हाय मंग मी बी... जसं व्हईन तसं व्हईन...''

''तू कायले मरंत्...''

''म्या तुमाले पहलेच सारं समजून सांगलं तरी तूमी ऐकून नायी रायले त् मंग मी काय करू अठी? तूमी गेल्यावर मी कशाच्या भरोशावर हयाईले पोसू?'' असं म्हणत सदाचं नाक, तोंड, आपल्या पदारानं पुसत व्हती. तीच्याही डोयातून सारखं पाणी झरत होतं. तीही खचली व्हती पण थोडासा धीर तिन धरला होता.

जसं दुर्गीन् असं म्हटलं, तसाच सदा एकाएकी भानावर आला होता. तो जरी भानावर आला होता. मात्र तो पार कोलमडून गेला होता. अशा परिस्थितीशी दोन हात करण्याचं बळ त्याच्यातलं गेलं असलं तरी दूर्गी त्याले समजावन्याचा प्रयत्न करीत थोडंफार बळ देत होती. तसा तो पूरा वैतागला होता. पूढं त्याला अंधारच-अंधार दिसत होता. दुर्गी अळानी असूनही ती सदाले समजावत होती.

रंगाच्या उत्सवात न्हाऊन रंगपंचमी साजरी करण्याचा दिवस जवळ आला असतांना गारपिटीमुळे गावात संपूर्ण धूळधाण उडाली होती. या गारपीटीच्या तडाख्यात असंख्य कुटुंबे शेतीवाडी, जनावरे, आजूबाजूचं जंगलही उद्ध्वस्त झालं होतं. हे सारं दुःख शब्दाच्या चिमटीत पकडण्या पलीकडचं असल्यानं त्याची लांबी, रूंदी अन् खोली किती? असं मोजमाप होणं शक्यच नव्हतं. काळजातून पाझणारे झरे फक्त भावनेला वाट करून देत होती.

खरं तर यावर्षीचं पीकपाणी पाहून ते खुश होता. सलग दोन वर्षापासूनची पडलेली खरपाळ यावर्षी भरून निघणार होती. कधी नाही हे यावर्षी मर्जी राखल्यानं पिकं एकदम झकास दिसत होती. गावातल्या अनेकांना सोयाबीन, मका, कापसाची यंदा पाहिजे तशी झडती लागून राहयली होती. भावही बऱ्यापैकी भेटत असल्यानं मागच सारं देणं-घेणं करणार होते. कैक वर्षानं यंदा तुरीच पीक खासच जमलं होतं. यावर किड पडलीच नव्हती. मंदीचं लगनं तुरीचं पीक पाहूनच सदानं पक्क केलं होतं. गहू, मका, ज्वारी, हरभरा, बहारात त् होता पण त्याच्या बरोबर बागायती पीकं तर गोठ घेत नव्हती, दाळींब, संत्रा, अंगूर हे इतके जोमात येतील हे कोणीच सांगू

शकत नव्हतं. लोक गावातल्या पेक्षा शिवारातच जास्त वेळ घालवत होती.

असं असतांनाही काही कळायच्या आत हे सर्व संपलं होतं. हातापयातलेच काय तर मनातलं सर्व बळ संपल्यागत झालं होतं. गावात सगळीकडे शुकशुकाट पसरला होता. सदा सारखीच अनेकांची हीच गत झाली होती. होतं-नव्हतं ते सारं काही गारपीटीच्या पाण्यात मिसळलं होतं.

नेमक्या याच महिन्यात निवडणुका लागल्यानं सारी सरकारी यंत्रणा त्या निवडणुका मध्येच व्यस्त होती. सरकारला निवडणुकीचं अन् शेतकऱ्याला कुटुंबाचं पडलं होतं... सरकारी यंत्रणेचं दुर्लक्ष होत असल्यामुळे सदा अधिकच हतबल झाला होता. त्याला काय करावं हे काही सुचत नव्हतं. आज त्याचा कोंडमारा झाला होता. त्याचा तोल सुटत व्होता पण दुर्गी त्याला समजावत होती. त्याला तिच पटतही होतं पण त्याला काही सुचत नव्हतं. कारण त्याला ह्या गारपिटीनं आर्थिक व मानसिकदृष्ट्याही उद्ध्वस्त करून टाकलं होतं त्यामुहे तो सैरभैर झाला होता.

गारपीट होऊन चार-पाच दिवस लोटले होते. तरी गावात एकही सरकारी अधिकारी वा आमदार, खासदार कुणीही फिरकलं नव्हतं. एवढचं काय तर नुकसानी बाबत विमा कंपनीलाही कळवून त्यांचासुद्धा एकही अधिकारी अद्याप आला नव्हता. पिक विम्याचे हप्ते साऱ्या शेतकऱ्यांनी चार महिने आधीच भरलेले होते. स्वत: सांडू जाधव बुलढाण्याच्या विमा कंपनीच्या ऑफीसमधून जाऊन आला होता. झालेल्या नुकसानीनं तोही चांगलाच भेदरला होता. भेदरलेल्या आवाजातच त्यानं सदाले हाक मारली. तसाच सदा त्याच्याजवळ गेला. त्याला काही विचारण्याच्या आतच तो सदाला म्हणाला...

"सदा, इमा कंपनीच्या लोकाइनही पाठ दाखोली लेका."

वाक्य पुरं व्हायच्या आतच त्याच्या डोळ्यातून भळाभळा आसवं बाहेर आली होती.

तोच सदा बोल्ला, "कशी काय?"

"अरे ते म्हंत्यात की, इमा एकाच महिन्याचा असते. कायची भरपाई मांगता? अरे लेका किती फसोलं यानंबी? लागलं त् पैसे पूरेपाटे घिवून गेले अन् आता..., अरे, सारं गाव नायी म्हणत व्होतं इमा काळयाले. ...पण कास्तकाराले आत त् सगळेच फसोयाले लागले लेका... कसा व्हा आपलं... अरे वरचाही तसाच अन् खालचाही तसाच झाला. तूच सांग कोण न्याय दिन आता?"

असं ऐकताच सदा ताणंताणं उठला अन् आमदारच्या नावानं फणफणला... बुलढाणाच्या वाटेले लागण्या आधी सांडूले म्हणाला, "अन् हे पााय, माया घरी

जाय, दुर्गीले म्हना, आज माई संध्याकायी वाट नोको पाऊ. मी बुलढाण्याले जाऊन त्या आमदाराची भेट घेतल्याबिना काई घरी येनार नाई. कसे देत नाई ते इम्याचे पैसे त् पायतोच? इनाकारनच पासले पळ्ळो आपून सगळेचे-सगळे त्या इम्याच्या लोकांईपुळे... सम्दा इच्चकपणाच झाला... चितलं व्हतं एक... अन् झालं एक... अठी त् लेका कास्तकार सोळून साऱ्यांईलेच कसं जंगानं खाऊन टाकलं...''

''हौ, बरं.''

खरं तर 'हवालदिल' शब्दाचा अर्थ सदा कडे पाहून अनुभवास येत होता. चारही बाजूनं त्याल संकटानं घेरलं होतं. आमदाराला भेटण्यासाठी तो एस.टी.स्टॅन्ड वर आला होता. बुलढाण्याची एस.टी. लागताच तो त्या बसमध्ये चढला. बसायला निट जागा भेटल्यानं त्याला थोड बरं वाटलं. त्याच्या मनात सारे विचार फिरत होते. त्याच्या मनात एक विचार घर करून बसला होता तो म्हणजे, ज्या पिकाच्या भरवशावर स्वप्नं पाहिली होती ती संपूर्ण भंग झाली होती. उत्पन्न त् नाहीच पण जगण्याचा प्रश्न उभा राहिला होता. जगणे असहय झालेल्या सांडु जाधवाचं ईचार त्याच्या समोर आला त्यानं टॅन्करनं पाणी आणू-आणू दाळींबाची बाग वाचवली होती. काळ्या आईची मनापासून सेवा केली होती. झालेल्या गारपीटीत त्याचं एकही दाळींबच काय पण झाडही शिल्लक राहयलं नव्हतं म्हणून त्यानं सरकार दरबारी तहसीलदाराजवळ आत्महत्येची परवानगीच द्या बाबतची मागणी केली होती. हे जसं त्याले आठोलं तसच् त्याच्या डोळ्यातून गरकन् आसवं कधी खाली आली, हे त्यालं समजलंच नव्हतं. त्यानं जवळच्या दुपट्यानं डोळे पुसले. त्याला एकच एक दिसत होतं. शेवटी त्याच्या मनात ईचार आला की, ''डोये लावून घिऊ पक्के... मंग त् नायी दिसणार असं कायी...'' असं म्हणून त्यानं डोळे पक्के लावून घेतले होते. पण तो मनातच पुटपुटला 'कायचं काय, आता त् लयचं दिसून राहयलं बाप्पा... असं कावून व्हत असीन् आपल्यालेच?'

सदा मनात घाबरून विचार करू लागला होता. या अशा विचारा-विचारात बुलडाणा कधी आलं ते त्याले समजलही नाही. एस.टी.बुलडाण्याच्या स्टॅन्डवर थांबली उतरा... उतरा...च्या आवाजानं सदा भानावर आला नी इतर प्रवाशासारखा तोही उतरू लागला. खाली उतरल्यावर तो ॲटोकडे गेला. तोच ॲटोवाला म्हणला, ''कुठी चाल्ले तुमी? सदाचा जीव घाबरणं कमी झालं व्हतं. तशातच तो म्हणाला, ''आमदार साहेबाकळं चैतन्यवाडीत...''

''मंग चालानं... काय इचार करून राहयले राज्या?''

सदानं खिशात हात घतला त् तीन रुपयाची चिल्लर लागली. म्हणूनच सदा

म्हणला, "अरे, पण तठलोक न्याचे किती घेसीन हे त् तून सांगलच नायी...

"ते काय सांगा लागते, सारेच दा रुपये देतात मीही तितकेच घिन"

पण माया जोळ त् तिनचं रूपये हाये त्याचं काय?

त्याची ती अवस्था पाहनू ॲटोवाल्यास दया आली त्याच्या ध्यानात आलं होतं की हा नक्कीच कास्तकार हाये... त्यानं थोळा ईचार केला व आहे तेवढ्यातच आमदार साहेबाकडे घिवून गेला होता.

खाली उतरून सदानं खिशातले चिल्लर तीन रूपये काळून देले. त्यानंही न कुरकुरता घेतले व ॲटोवाला निघून गेला. सदान दूपटं चेहऱ्यावरून फिरवून चेहरा पुसून घेतला होता. झालेल्या नुकसानीमुळे त्याचा चेहरा फार सोकून गेला होता. तशाच सोकल्या चेहऱ्याचा सदा आमदाराच्या घरी गेला. आमदाराच्या ऑफीसात आज खूपच गर्दी होती. कारण निवडणुका जाहीर होऊन चार-पाच दिवस उलटल्यानं खासदार साहेबासोबत अर्ज भरण्याची घाई अन् माणसांची जुळवाजुळवीचं काम चालू असल्यानं गर्दी असनं सहाजीकच होतं. जो-तो आपल्याच नादात असल्याचं दिसत होतं. पहिलेच कार्यकर्त्यांची गर्दी झाल्यानं सदाले काही बसण्यास जागा मिळाली नव्हती. आमदार साहेबांना बाहेर यायला वेळ असल्यानं चहा-पाणी प्रत्येकालाच दिलं जात व्हतं. सदाचही चहा पाणी झालं होतं. काय तर, फक्त आमदार साहेबांचीच वाट सारे पाहून राहयले होते. ईकडच्या-तिकडच्या गप्पांना उत आला व्हता. मोठं-मोठ्याने हसणे, बोलणे व कामाविषयीच्या फुशारक्या मारणे चालू होते. सदा एकही शब्द न बोलता फक्त तो ऐकण्याच व गोष्ट सांगणाऱ्याच्या तोंडाकडे पाहण्याचं काम करीत व्हता. कारण तो खूप मोठ्या आपत्तीत सापडला होता. काय तो एक फक्त सरकारचाचं आधार बाकी होता. तोही मिळतो की, नाही या प्रतिक्षेत उभा होता. तेवढ्यात आमदार साहेब तयार होऊन आले. आमदार साहेबांनी जसं आफिसात पाऊल ठेवलं तसा सदाच्या मनातला जनूकाही बांधच फुटल्यागत झालं त्यांन एकदम हंबरडाच फोडला... साहेबऽऽऽ म्हणत एकदम खालीच बसला... तोच आमदार साहेब सदाच्या जवळ गेले व त्याला शांत करत विचारायला लागले... गजबजलेलं आफिस एकदम शांत झालं होतं जणू काही तिथं फक्त आमदार साहेब अन् सदाच होता.

साहेबऽऽ... जगण्याचे सारेच दोन कापले होऽऽ... आमच्या सारख्या माणसानं आता जगावं का मरावं हे आता तुमीच ठरवा साहेबऽऽ... पाच एकरातला काढणीला आलेला गहू मोडून पडला, सोंगलेली तूर अन् तीन एकरातील सोंगलेल्या हरबऱ्याचा एक दाणाही नायी राहयला साहेब. कर्ज काढून यावर्षी ठोक्यानं हे सारं केलं अन् सारं

मातीत गेलं, ईम्याचे पैसे भरूनही ते म्हंत्यात की, इमा एकाच महिन्याचा असते. कायची भरपाई मांगता? कसं जगा आमी गरिबानं... या गारपिटीच्या तडाख्यातून कसं सावरायचं आमी... एक तर आमी दुसऱ्याची जमीनं केली अन् तलाठी म्हण्ते की, ज्याच्या सात-बारावर पीक हाय त्यालेच नुकसान भरपाई भेटीन... आता पूळे मीनं ठरोलेलं बहिणीचं लगन, पोराची शाळा, बिमार पळलेल्या बापाचा दवाखाना कसा करू? साहेबऽ... तुमीच सांगा?''

सदाचे हे असे एक नव्हे तर अनेक प्रश्न ऐकून साऱ्यांच्याच अंगावर काटाचं उभा राहिला होता. एरव्ही त्याच्याकडे लक्ष नसणाऱ्यांच फक्त लक्षच गेलं नव्हे तर त्याचं हे ऐकून साऱ्यांचेच डोळे डबडबले होते... आमदार साहेबाबरोबराच सर्वच उपस्थितांसमोर एकचं प्रश्न निर्माण झाला होता तो म्हणजे खरोखर या गारपिटीनं बरबाद झालेल्यांनी संसाराचा गाडा हाकायचा तरी कसा? त्यांचही काळीज पिळून निघत होतं. गारपीट होऊन चार-पाच दिवस लोटले होते. परंतु आपणसुद्धा याची साधी विचारपूसही केली नाही याबाबत आमदार साहेबांनासुद्धा खूप वाईट वाटले होते. तसे त्यानी बोलूनही दाखवले. वास्तविक पाहता निवडणुकीपेक्षाही गारपीटग्रस्तांचा प्रश्न महत्त्वाचा होता. अश्या ह्या जिव्हाळ्याच्या प्रश्नाकडे पाठ फिरविल्यानं लोकप्रतिनिधी म्हणून आपली झालेली चूक त्यांच्या लक्षात आली होती. त्यांनी सदाचा हात धरून उभे केले त्याला स्वत:जवळ बसवून घेतले. पी.ए. ला पुढे बोलावले त्याला परत सदा करिता चहा-पाणी सांगितले. सदाला शांत करून चहा-पाणी दिले. परत निवडणुकीचा विषय बाजूला ठेवून त्याची सर्व आस्थेने विचारपूस केली. त्याला शांत बसण्याचे सांगितले. आम्ही सर्व तुझ्या सोबत असल्याचे सांगताच सदालाही बरं वाटलं. खरं तर त्याला देवं असल्याचं जाणवत होतं. गेली पाच-सहा दिवसापासून त्याची कोणीच अशी आस्थेने विचारपूस केली नव्हती. काही तरी मार्ग निघेल याच विचारात तो शांत झाला होता. वैशाख वणव्यात तो पार होरपळून गेला होता. संसाराला लागलेल्या ह्या वणव्याची धग तो सोसत होता. तो धास्तावला जरी होता पण माघारी मात्र येत नव्हता. आयुष्याशी तो झुंजत होता. आकाशाचे झालेले गहिरे रंग फिकट होणार असल्याचं त्याला आता मनोमन वाटायला लागले होते. मदतीच्या आभाळ मायेची ओढ त्याला उत्कटतेने जाणवू लागली होती. ऑफिसातले सर्व कार्यकर्ते पाहत असतांना असं वाटतं होतं की, आमदार साहेबत यातून नक्कीच काय तो मार्ग काढतील. आकाशाचा गहिरा रंग फिकट करतील याची त्यांनाही खात्री वाटत होती.

समस्येचे काळे ढग निस्तारण्यासाठी साहेबांनी पक्षा आणि राजकारण यांच्याही

पलीकडे जाण्यासाठी मनोमन तयारी केली होती. गारपिटीच्या तडाख्यात सापडलेला सदाचा चेहरा त्यांना दिसत होता. त्याच्यासाठी तातडीचे उपाययोजना शोधून त्याला मदत कशी करता येईल याचा ते विचार करीत होते. सहा-सात दिवस उलटूनही सरकारी यंत्रणेला जाग आली नसल्याचे त्यांना अचंबा वाटू लागला होता. तरुण पोराचा बापासमोर मृत्यू झाल्यास झालेले दु:ख जसे न पेलवणारे असते तसेच पीक जमीनदोस्त झाल्याचं दु:ख सदाच असल्याचं त्यांना जाणवलं होतं. त्यांनी पी.ए. ला बोलवलं व विमा ऑफिसर विनोद जोशींना फोन करून बोलवन्यास सांगितलं. पी.ए.नी. फोन करून बोलवून घेतलं.

आमदार साहेबाचं बोलवणं आल्यानं हातचे सारे काम टाकून जोशी साहेब आले होते. आल्यानंतर त्यांनी आमदार साहेबांना नमस्कार केला. त्यांच चहा-पाणी देणं-घेणं झाल्यावर त्यांनी पीक विमासंबंधी जी माहिती विचारली त्याबद्दल त्यांनी सविस्तर व कायद्याच्या चौकटीत असलेली माहिती दिली. माहिती अंती असे लक्षात आले की, पीक विमा हा फक्त एकाच महिन्याकरिता असल्यानं ते नुकसानं भरपाई देऊ शकत नव्हते. ही बाब पुढे आली होती. ही बाब आमदार, खासदारांना माहीत होती की, नव्हती हे मात्र कोडचं होतं. कारण आमदार, खासदार हे शेवटी शेतकऱ्यांचीच पोरं ना! तरी असे कासे या गोष्टीपासून अनभिज्ञ होते? ते विमा कंपनीच्या विरूद्ध काहीही करू शकत नव्हते हे मात्र सदाला समजलं होतं. विमा कंपनी शेतकऱ्याची लूटच करीत होती. वास्तविक पाहता पिकाच्या लागवडीपासून ते पीक घरात येईपर्यंतची जोखीम कंपनीने घेणे गरजेचे होते. तर कुठे हा पीक विमा उतरविण्याचा फायदा शेतकऱ्यांना होऊ शकतो. म्हणूनच सदाने ह्याला लूट म्हटल्यास त्याचे काय गैर होते? कारण अनेकांचे पैसेही गेले अन् पीकही गेले. त्यांच्या हाती केवळ धोपाटनेच शिल्लक राहिले असेच म्हणावे लागेल. आमदार साहेबांना सुद्धा हे पटले होते. परत त्यांनी झालेलं नुकसानीसंदर्भात सदाकडून नोंदी घेतल्या व सरकार दरबारी गारपीटीच्या तडाख्यात सापडलेल्यांना तातडीने सरकारकडून मदत करण्यासंबंधीचे आश्वासन दिले. एवढ्यावरच त्याची बोळवण केली नाही तर त्यांनी सदाला स्वत: जवळचे मदत म्हणून काही पैसे दिले व त्यांच्या बबन्या नावाच्या नोकराला स्टॅन्डवर घेऊन जायचे सांगतले. सदा पीक विम्याचे पैसे त् काही आणू शकला नाही. परंतु सरकारी मदत मिळण्याच्या आशेवर एवढ्यापुरता शांत झाला होता. घरी परतत असतांना त्याच्या मनात अनेक विचार येत होते. काही विचारांची समजूत तो मनातल्या मनात काढत होता. परंतु त्यानंतरचा येणारा प्रश्न मात्र त्याला विचलित करत होता. निवडणूक जाहीर होऊन चार-पाच दिवस झाले असल्यानं

आता आचारसंहिताही लागू झाल्याचे निवडणूक आयोगाने कळविले होते. अशा या भयावह संकटात शेतकऱ्याच्या जखमेवरती प्रशासन फुंकरही घालते किंवा नाही याबाबत सदाच्या मनात शंका निर्माण झाली होती. या शंकेचे उत्तर मात्र त्याला शोधूनही सापडत नव्हतं. बुलडाण्यावरून लोणारपर्यंत बस आली होती. एवढा वेळ कसा गेला हे त्याला समजलेसुद्धा नाही. सदा जसा घरी परतला तसं त्याला पाहून दुर्गीला खूप बरं वाटलं होतं. तो गेल्यापासून तिच्याही मनात चित्रविचित प्रश्न येत होते. म्हणूनच तो दिसता बरोबर तिला खूप बरं वाटलं होतं. सदा घरात येता बरोबर दुर्गी हसली व लगेच तिनं विचारलं, "काहो, काय म्हनले साहेब?"

"काय म्हणनार!, मले जे सांग्याचं होतं ते म्या अख्ख सांगून टाकलं. त्यांईच्या परिनं त्यांईच्या जोळचे काही पैसेही देले पण काय होते तेवळ्यानं? सरकारी मदत भेटयासाठी उपाययोजना नक्की करतो म्हणे... पण..., "पण काय?" "अवं काय ते म्हणे आचारसंहिताही लागली म्हणे..."

"मंग, त्यानं काय व्हते...'

पुढं तो बोल्ला की, "आपल्याले ह्या निसर्गानं मारलं, पण आता हे मायबाप सरकार आपल्याले तारीण काय?" असं म्हणत हातातला रिकामा ग्लास तिच्या हातात देत घराबाहेर पडला होता.

त्याची अशी नाराजी पाहून तिच्याही ओठावरचं हसू परत हरवलं होतं. काही तरी विपरीत घडते की, काय याबाबतची पाल तिच्या मनात चुकचुकली होती...

शेवंतामायनं दुर्गीले इचारलं, "सकायपासून सदा मले त् दिसलाय नायी..."

"ते गेल्ते आज बुलठाण्याले..."

"कशाले?" "आमदार साहेबाले भेटयाले, गारपीटीचं नुकसानीच सांगेले, अन् सरकार कळून कायी पैशाची मदत-गिदत भेटली पाहयजे त्याच्यासाठी."

"त्याले म्हणा काहून इतका कातोडा करत. जसं व्हईन तसं व्हईन... फिटीनचं लेकाच बॅंकेच कर्ज. जीव आये त् सारचं आये... सकायपासून जेवला नसीवं तो... ज्याचं ईचारलं काय तूनं?"

म्या ज्याचं म्हन्याच्या अगूदरचे ते घरातून निगून गेले. फकस्त पाणी पेले. सांडू जाधव अन् यंकट भावजीले भेटयाले जातो म्हणे..."

गावातले सगळेच सदाची वाट पाहयत होते. सदा घराबाहेर पडला व तो मारुतीच्या पारावर आला त् त्याच्या भवती धोंडिबा काळे, सांडू जाधव, व्यंकटराव मुसळे असे एकएक करता अनेक शेतकरी जमा झाले होते. आमदाराला झालेलं नुकसानी बाबत त्यानं जे काही सांगल होतं ते सारच त्यानं सांगलं त्याचं सारं ऐकून

सर्वांनाच गहिवरून आलं होतं. कारण ते असंख्य अडचणीस सामोरे जात होते. तोच मुसळे मध्येच म्हणाला, "गडेहो आपल्याले त् निसर्गान मारलं, पण आता आपलं सरकार मायबाप तारीण की नाय कोण जाणं?"

धोंडिबा म्हणाला, "काय यंकट आमदारजोळ गेला व्हतांना आपला सदा, निंगीनच यातून कायीना कायी उपाय. जरासीक त् सबूरी धर लेका..."

हे सारे बोलत असतांना सदा मात्र काहीतरी दुसऱ्याच ईचारात असल्याचं सांडूच्या ध्यानात आलं होतं. जसं त्याच्या ध्यानात आलं तसचं त्याले टोकलं, 'का रे सदा तूनचं त् आता सांगंल की, आमदार साहेब मदत भेटून देतात अन् तू त् बेजाच नाराज दिसून राहयला लेका... सराकर नक्कीच सारं कर्ज माफ करीन याजासगट कायले एवळं मनाले लावून राहयला." सदाले समजवन्याचा प्रयत्न केल्या गेला असला तरी त्याचं खरं दु:ख तो जाणून होता. सदाकडे पाहून सांडूला आज नाराजीचा सूर कशाला म्हणतात ते समजलं होतं. कारण सदानं त्याला सांगितलं होतं, शेतशिवाराला जपण्याकरिता काढावी लागते रात्र जागून... मात्र हातात येणारं पिक गारपिटीत जमीन दोस्त होता क्षणी चारही बाजूंनी होतो संकटाचा भडीमार अन् शिल्लक राहतो फक्त तो उद्ध्वस्त संसार मग जगू-मरूही देत नाही उंबऱ्यात उभा असलेला सावकार... माय-बापाचा दवाखाना, बहिणीच लग्न, पोरांच शिक्षण, डोळ्या देखत स्वप्नाची ही राख रांगोळी पहावी लागते आयुष्यभर...

संध्याकाळचे पाचएक वाजले होते सदानं सर्व सांगितल्या नंतर जो-तो आपल्या घराकडे परत गेले. सदा घरी गेला व्हता. घरात जसा गेला तसी त्यानं बापाच्या तब्बेतची माहिती मायकडून घेतली. पूर्णत: उद्ध्वस्त झालेला सदा चिंतेत दिसलयानं घरच्यांनीसुद्धा त्याला खूप समजावण्याचा प्रयत्न केला. बहिणीनेसुद्धा लग्नाची काळजी करू नको, "सासरचे माणसं चांगले आहेत हे तूच सांगल होतं ना मले मंग आपूनही त्याईले आपली अळचन सांगून त्यातून काहीनं काही तरी वाट काळूच ते हो बी म्हण्तीनच कारण त्यांनाही परिस्थितीची माहिती आहे." परंतु त्याच्या नाराजीचा सूर जसा होता त्यात मात्र काही बदल जाणवत नव्हता. तो एकच विचार करत व्हता तो म्हणजे आचार संहितेचा आचारसंहितता लावनारे त् माणसंचना? त्याईचा का फकस्त दोन महिन्याचा काय तो पगार जर का थांबोला त् कसे रस्त्यावर येते. अन् अठी त् सालभराची खेप अर्ध्या एक तासात होत्याचं नव्हतं करून जाते तरी बी याईले याच कायीच सुख-दुख नायी... अन् निवडून आलं की म्हणे भरपाई दिनं हे माणसं हाय की... त्याचं हे अस्वस्थ मन त्याला स्वस्थ बसू देत नव्हतं. सरकारविषयीचा त्याचा हा रोष काही चुकीचा नव्हता. हे सरकार चोरांईले पासते की

शावाले...? सरकारचे हे नोकर आहे की, दलाल? कास्तकाराची गोठ त् कानालोकही ईव देत नायी... तक्रार करा की काही करा याईले काही फरकच पळत नायी... तलाठी त् डोयानही दिसत नाही... त्यालेही जसं काही कास्तकारले देणचं नाही पण पैसे देल्याशिवाय तो सातबाराही देत नाही... किमान उद्ध्वस्त व्हयेल शिवार पाहून त् जराशी सरम लागे दे... अशा वेळी नियम थोडे बाजूला ठेवले त् काही फरक पडत नाही. नियम सांगणारे कितीतरी वेळा स्वत:च्या फायद्याकरिता नियम मोळतांना दिसतात पण अशा अवस्थेत मात्र न सावरताच निघून जातात... मग आम्ही आत्महत्येची परवानगी मागितली तर ती का नाकारतात? फक्त त्यावेळीच त्यांना समाजभावना समजतात... अशी आयुष्याची करपलेली भाकर आता कोणालेही कशी गोळ लागणार... खरं तर ज्याच्या तळहाताला फोड झाला त्याच्या होणाऱ्या वेदना त्यालाच ठाऊक... अशा ह्या विचारा विचारात तो बाहेर पडला होता.

संध्याकाळचे सहा वाजले होते. फेब्रुवारीचा शेवटचा आठवडा असल्यानं दिवस मोठा झाला होता. सूर्यास्त होत होता. व्यंकट खाट टाकून पटांगणात बसला होता. आकाशाकडे पाहत असतांना त्याला आजच्या वातावरणात अस्वस्थता जाणवत होती. पण नेमकं काय होत आहे हे मात्र त्याला समजत नव्हतं. कारण, आकाश निरभ्र दिसत असलं तरी निळा, आकाशी रंग मात्र दिसत नव्हता. वाऱ्याचाही वेग मंदावल्या सारखा वाटत होता. पाखरांचा थोडाफार चिवचिवाट होता. ते आपल्या घरट्याकडे परत निघाली होती. आकाश गर्द केशरी झालं होतं. तिन्ही सांजा एकत्र झाल्यासारख्या वाटत होत्या. आज त्याला आभाळाचा रंग गहिरा वाटत होता. रागात असलेल्यांच्या डोळ्यांचा रंग आज आभाळाने का घेतला होता? त्याची ही वेगळीच तऱ्हा तो एकटक पाहत होता. असं का होतं आहे याचा तो विचार करत करत 'च्या' घेत आभाळाकडे टक लावून पाहत होता. असं नेमकं का होत होतं हे विचार करूनही त्याच्या लक्षात येत नव्हतं. त्यानं नंतर मात्र याकडे दुर्लक्ष केलं नंतर तो घरच्यांना सांगत होता की, सदा आमदाराले भेटला. अन् आपल्या सर्वाईची किती अन् कसं नुकसान झालं हे सारं सागलं. त्याच्याच्यानं आता त्याले अन् आपल्याले नुकसान भरपाई भेटून जाईन. त्यावर व्यंकटची बायको सुभद्रा म्हणाली, "बरं झालं सदा बुलठाण्याले गेल्यानं" अन् पुढचं वाक्य बोल्याच्या आतच शामा धनगर धापा टाकत पयत आला. अन् व्यंकटच्या दारी जसा थांबला त्याले पायता बरोबर व्यंकट म्हणाला, "काय झालं शामा?"

"रंगारीतल्या आंब्याच्या झाळाले सदानं फासी घेतली... सम्दं गाव तिकळे पयत चाल्लं... त्याले पायाले..."

व्यंकटच्या हातची कपबसी सुटून खाली पळ्ली... व घाबरत्या आवाजात म्हणला, "हात लेका काय बातमी आन्ली दाळभद्र्या...

अन् सगळं गाव त्या वावराच्या दिशेनं पळू लागलं होतं...

रंगारीत एकच दांगळो झाला. साऱ्या गावातल्या बाया अन् माणसं पोरं सदाले पाहयासाठी गर्दी करत होते. त्याले पाहता बरोबर प्रत्यकालेच घाम फुटत होता. अन् मन हेलावून जात व्हतं. या सगळ्या कल्लोळानं सदाच्याही घरी माहितं पडल्यानं बाप तर बेहोश पडला माय, बहीण, बायको दोन्ही पोरं पाहून आक्रोश करीत होती. ते तर सदाच्या जवळ जाऊन त्याले धऱ्याला प्रयत्न करीत होते. शेवटी काही बायांनी शेवंताबाईला बाजूला केलं तर काहींनी बहीण मंदाला समजावण्याचा प्रयत्न करीत होती. तर काही सदाच्या बायकोला पक्क धरून ठेवत समजावण्याचा प्रयत्न करत होती.

बापाचं दुखनं... मंदीचं लगनं... बँकेचं दणं... पोराईची शाळा... हे सारं त्यानं कसं करा ह्या तरासापाई... म्या नाई म्हणलं व्हतं जसं व्हईन तसं व्हईन पाहून घीवू म्हणलं तरीबी त्यांईन मायी एकही गोठ ऐकली नाई... आता आमचं कसं व बापा... काय येळ आणली देवा तूनं आमच्यावर रेऽऽऽ आता कसं तोंड दया हया परसंगाले तूच सांग बापा..." दुर्गी रडत असतांना म्हणत होती. तीचं काही चुकलं नव्हतं. चाळीशीतला सदा गेल्यानं साऱ्या घरावर संकट कोसळलं होतं. घरात बाप बेहोशितून बाहेर आला पण त्यावरचं हे दुःख हिमालयाएवढ असल्यानं तो गुडघ्यात डोकं घालून रडत होता. त्याला शेजारचा तुकारामबुआ समजूत घालत असला तरी मधून मधून तोही रडत होता. कर्ता सवरता अशा ह्या अपघाती गेल्यानं सर्वांनाच वाईट वाटत होतं. सारं गाव रडत होतं. एकमेकांना ते समाजावत होते पण त्यांच्या डोळ्यातील आसवं मात्र थांबत नव्हती.

मध्येच त्या तिघीही हुलकावणी देण्याचा प्रयत्न करीत होती. त्या आंब्याच्या झाडाजवळ जाण्यासाठी आकांत करीत होती... मले बी फासी घिवू दया रे असं जोरजोरानं म्हणत होती. रडून रडून त्यांची आसवं फाटली होती. आता आमी काय करा जगून असा वारंवार प्रश्न मांडत होती. 'देवो रे ऽऽ तूच सांग आता म्या काय करू जगून...?" असं जोर जोरात ओरडत होती. आता खऱ्या अर्थानं चहूबाजूंनी संकटानं अख्या कुटुंबाला घेरलं होतं.

तिघींनाही आटपता आटपता दमछाक होत होतं. तरणाबांड पोरगा गेल्यानं माय गावातल्या लोकांईकळे पाहून ती म्हणत होती, "महा सदालेच एकट्यालं पाठोलं तुमीनं; तुमालेबी काय झालं होत त्याच्या बरोबर जायाले; उघडा पळ्ळा न्

त्याचा सवसारं; गेलं नं माहयच लेकरू...' असं म्हणत ती जोर-जोरानं रडत होती. दुर्गी त् डोळे पांढर करत तिले दाखिळीच बसत होती. जमीनीवरच ती डोकं आदळून रडत होती. कर्कश आवाजात मोठ मोठयनं रडत म्हणत होती, "आता माहया सासऱ्याचं, सासूचं पोरांईच कसं व्हईन. ...त्यांनी आता कोणाच्या तोंडाकळे पाहा... सारा परिसर दु:खात न्हावून निघाला होता. हे सारं पाहून बाया-माणसाच्या काळाजात धडकी भरली होती. असं आजपर्यंत फासावर कोणी लटकलं नव्हतं. तशी वेळी कुणावर गावकरी येऊ देत नव्हते. कदाचित सदानं जर का आपलं मन मोकळ केलं असतं तर यातून नक्कीच मार्ग निघाला असता असं बऱ्याच गावकऱ्याचं मत होतं. तर इकडे रडूनरडून तिघिंचाही आवाज बसला होता. भेसूर भकास असं सारं वातावरण तयार झालं होतं. सरपंच तसेच पोलीस पाटील व ग्रामपंचायत सदस्यानी पोलीस स्टेशनमध्ये जाऊन आत्महत्या झाल्याबाबातचा रातच्या नऊला रिपोर्ट केला.

रातच्याले तिथून निघायला कोणीच तयार नव्हते. महादेव पाटील व अंबादास तायडे या दोघांनी साऱ्यांना समजावून सांगलं. की आम्ही सरपंच व पोलीस पाटील या नात्यानं या बाबतचा पोलीस स्टेशनमध्ये रिपोर्ट केला. आता या ठिकाणी कोतवाल चंदू अन् आपण दहा-पंधरा माणसं रातभर थांबू सकाळी लवकरच ते येऊन पंचनामा करतील मग केस पी.एम.ला जाईल...

तिघींनाही सरपंच महादेव पाटील तसेच पोलीस पाटील अंबादास तायडेंनी समजूत घालून त्यांना गावात आणले. आजारी असलेला सदाचा बाप तरुण पोरगा गेल्यानं बेहोश झाला होता. हे पाहून तर अधिकच तारांबळ उडाली. महादेव पाटलांनी लगेच बैलगाडी जुंपून आणली व ती तुकाराम बुआंनी त्यांच्या हातची घिवून त्यांना मोकळ केलं. रामभाऊ, तुयशिराम, ईठ्ठल अन् बालचंद या चौघंईनं बुडयाले दवाखान्यात घिवून गेले... रातभर डॉक्टरने त्यांच्यावर ईलाज केला होता. सकाळी सकाळी त्यांईनं कुठी डोये उघळले होते. ते जसे शुद्धीवर आले तसे ते 'सदा... सदा...' याच्याशिवाय काहीच बोलतं नव्हते. तब्बेत थोळी बरी झाली होती. सात वाजता त्याईले दवाखान्यातून घरी आणावं लागलं होतं. तब्बेच चांगली आहे हे सांगल्यावर ही शेवंताबाईचा विश्वास बसत नव्हता. त्या तिघीच्या तिघी ऐकतच नोत्या रातभर गावातल्या कोणाच्याच डोयाले डोया लागला नव्हता. त्या दवाखान्यातच चाला म्हणत होत्या. शेवटी सरपंचानी त्यांना समजावले व बुडेबा दवाखान्यातून घरी येत असल्याचं सांगलं. तरीही त्या तिघीही अस्वस्थच वाटत होत्या.

सदा गेल्याचं सर्व नातेवाईकांना समजलं होतं. ते त्यांच्या सोईनं जसं जमेल तशा पद्धतीनं येत होते. हळूहळू गर्दी जमत होती. सदा गेल्याचं दु:ख सर्वांनाच झालं

होतं. सकाळचे सात वाजले होते. रात्रीला ॲडमिट केलेल्या सदाच्या वडिलांना डॉक्टरांनी सुटी दिली होती. त्यांना परत रामभाऊ, तुयशिराम, ईठ्ठल अन् बालचंद या चौघंईनं घरी आणलं होतं. एक घंट्यानं पोलीस गावात पोचले होते. त्यांना रंगारीत घेऊन पोलीस पाटील व सरपंच घेऊन गेले होते. त्यांच्या मागोमाग जमलेले गावकरीही गेले होते. पोलीस त्यांच्या पद्धतीनं चौकशी करून तर काही लोकांच्या जबानी घेऊन पंचनामा केला. सांडू जाधव, महादेव पाटील, तुयशिराम, कोतवाल चंदू या सर्वांनी मिळून सदाला खाली घेतलं. लांब दुपट्यावर त्याचा देह ठेवला होता. या केसचा सविस्तर अहवाल पोलीस बनवत होते.

आजूबाजस बसलेले लोक आपसात चर्चा करीत होते. तोच व्यंकट मुसळे म्हणाला, "वास्तविक पाहता हा सरकारी यंत्रणेचा नाकर्तेपणाचा बळी ठरला. आचारसंहिता पुढे करून मदत न देण्याच्या हट्टापोटी साधी संकटग्रस्तांची विचारणाही यांनी करू नये...? या सरकारी यंत्रणेचा किती हा निर्लज्जपणा... पिके जमीनदोस्त झाली, गारांचा एवढा थर चढला की, सोंगलेली तूर अन् हरबरा दिसेनासे झाला, डाळींब, संत्रा यासारख्या फळबागा झाडासहित कोलमडून पडल्या. होतं नव्हतं ते क्षणात गेलं. उरलं फक्त बँकांच, सावकराच कर्ज अन् तेही व्याजासगट. कुठं गेली लोकशाही? यांनी तर अशा वेळेस राजकारणाचे जोडे बाहेर काढून मदत करायला पाहिजे होती. असं हे भयावह संकट आलं असतांना त्यातून मार्ग काढण्यासाठी अजूनही यांना जाग आली नाही. दहा-बारा दिवस उलटूनही गेले तरीसुद्धा इकडे कोणाचेच लक्ष नाही? खरं तर आपलं दुर्भाग्य की अजूनही आपण यांची वाट पाहून राहिलो? वास्तविक पाहता यांनी जर झालेल्या नुकसानीचा अंदाज घेतला असता तर त्यावर यांना चर्चा करता येऊन किती मदत दयावी याचा अंदाज घेता आला असता. हजारो हेक्टरवर झालेले नुकसान पाहणी अहवाल ते लोक काही दहा पंधरा मिनिटाच्या आत तयार करत असतील तर? खरं तर या साऱ्या गोष्टीनं आपण व्यथितच झालो असे नाही तर याचा संतापसुद्धा आला.

सत्तेपुढे शहाणपण चालत नसते ते हयालाच म्हणतात. तसं पाहिलं तर कोणत्याही गोष्टीचे नियम हे बनवतांना माणसाचं वर्तन हे चांगलं राहावं याकरिता तयार केले जातात. त्याच्यामध्ये सामाजिक दृष्टिकोन असतो. असे हे नियम मग कोणासाठी? माणसांसाठीच ना? पण इथे मात्र वेगळेचं दिसते. आपणास हे माणूस समजत नाही. म्हणूनच आपलं दुःख ह्यांना कसं समजणार? एकीकडे आपणास जगाचा पोशिंदा म्हणतात, कधी शेतकरी राज असं म्हणून संबोधतात नव्हे तर हे हिणवतात हेच यातून सिद्ध होते. मग हे नियम माणसांसाठी तर आपण कोण हा प्रश्न

मनात उभा राहतो. आपल्या डोळ्यातील आसवं आटल्यानंतर व जगण्याची उमेद गेल्यानंतर जर हे मदत देत असतील तर ती काय कामाची? काय करावं त्या मदतीचं? कर्तासवरता माणूस असा तडकाफडकी निघून जात असेल तर काय चाटता तो पैसा?

या आचारसंहितेतील नियमाने सरकारी यंत्रणेत जर आमाला मदत म्हणून पैस देता येत नसेल तर या यंत्रणेत काम करणारे सर्व कर्मचारी वर्गाचाही पगार थांबवा मग समजेल यांना आचारसहिता नियम... जोपर्यंत हे रस्त्यावर येत नाही तोपर्यंत हे असचं चालू राहणार... निवडणुकीत आम्हाला निवडून द्या आम्ही तुम्हाला मदत करू किती हा स्वार्थ... यानं तर आता कळसच गाठला. इकडे आपला बाप मरणासन्न अवस्थेत आला अन् आपलीच नालायक पोरं मताची भिक मागतांना दिसतात... काय म्हणावं याला... अशी पोरं जन्माला घातली नसती तर अधिक बरं झालं असतं...'' असं म्हणत तो ढसाढसा रडत होता. त्याचं हे ऐकून आजूबाजूचे बसलेल्यांचं हृदय पाझरायला लागलं होतं. ते सुन्न झाले होते. कुणाच्याही तोंडून ब्र शब्द निघत नव्हता... सर्व काही शांत झालं होतं. आवाज येत होता तो फक्त अहवाल लिहिणाऱ्या पोलिसांचा अन् त्यांना माहिती देणाऱ्यांचा...

तोच जाधव जमादारांन अहवाल पूर्ण झाल्याचं पोलीस पाटलासं सांगलं. त्यांनी सदाचा मृत देह परस्पर लोणारच्या सरकारी दवाखान्यात पी.एम. करिता घेऊन गेले. चार-पाच लोक त्याच्या सोबत गेले होते. बाकी सर्व गावात परत मागे फिरले होते. दहा वाजता सदाचं पी.एम. झालं तसीच त्याला एक वाजेपर्यंत गावात आणून मोठ्या श्रद्धापूर्वक भडाग्नी दिला होता... गावात शांतता पसरली होती. दुर्गीचा संसार गारपीटीनं मोडला होता. तिच्याकरिता सारं आभाळ फाटलं होतं. सासू-सासरे, अन् पोरांकरिता तिला जगणं भाग होतं. 'पोरीले शाळंत कसं धाळू... मंदीचं पक्क करेल लगन कोणाच्या माथी करू? बापाले काय डाक्टरबिनाच मरू दिवू... मायच कसं व्हईन... सदाला पडलेल्या हया सर्व प्रश्नाचं ओझं आज मात्र तिच्या वाटयावर आलं होतं... हयाचं उत्तर तिलाच शोधायचं होतं. दोन वर्षाचा सतीश अन् पाचवीतली स्मिता वडील पुन्हा येतील म्हणून रस्त्याकडे आशाळभूत नजरेने पाहत होती. आजारी पडलेला बाप अन् मायच्या काळजावर कायमचं दुःख निसर्गानं गोंदलं होतं... गारपीटीनं उद्ध्वस्त झालेलं शेत पाहून सदानं कायमचं जग सोडलं होतं... परंतु मत मागण्यासाठी राजकारीण सदाच्या घराचा उंबऱ्यावर येत होता... त्यांना यांच्या दुःखाचं काही घेण नव्हतं परंतु मत मात्र हवं होतं... मत मात्र हवं होतं...

***

मधुकर बळीराम वडोदे

जन्मतारीख - ०२ जानेवारी १९६२

शिक्षण - एम. कॉम., एम. ए. (अर्थ),
बी.एड्., डी.बी.एम., डी.एस.एम., जी.डी.सी. अन्ड ए.

जन्मगाव - हिंगणे-गव्हाड. पोस्ट - मामुलवाडी,
तालुका - नांदुरा, जिल्हा- बुलडाणा.

स्थायी पत्ता- 'आई', सरस्वती नगर, चांदे कॉलनीजवळ,
जलंब रोड, खामगाव, जिल्हा- बुलडाणा, पिन. ४४४ ३०३.

मोबा. नं.९४२२२०००००७

प्रकाशित साहित्यसंपदा...

    ✳ 'मुक्ता' (निबंधसंग्रह-२००५) 'हाफ तिकीट' (कथासंग्रह)

    ✳ 'उरला पाऊस आठवणीचा' (काव्यसंग्रह २०१०)

    ✳ 'आसवात भिजलेलं रान' (काव्यसंग्रह २०१३)

    ✳ 'अ.भा. मराठी साहित्य संमेलने : दृष्टिक्षेप' (लेखसंग्रह २०१५)

    ✳ 'नातीगोती' (कथासंग्रह : प्रकाशनाच्या वाटेवर)

सहभाग... 'राष्ट्रीय परिसंवाद'

  शोधनिबंध : स्त्री-भ्रूणहत्या— एक गंभीर, सामाजिक, राष्ट्रीय समस्या : कारण एवं उपाय

  पुरस्कार -

'पहिले' राज्यस्तरीय कामगार साहित्य सम्मेलन, काव्य पुरस्कार- महाराष्ट्र राज्य कामगार साहित्य मंडळ- पुणे- १९९२

'डॉ. बाबासाहेब आंबेडकर' वैचारिक लेखन पुरस्कार; अंकुर सार्वजनिक वाचनालय, चांदूर, अकोला- २००४

'तृतीय' राज्यस्तरीय काव्य स्पर्धा- विदर्भ साहित्य संघ, शाखा हिंगणा, जि. नागपूर- २००५

'ताराबाई शिंदे' पुरस्कार; कै. नामदेवराव लोखंडे प्रतिष्ठान, चिखली- २००६

'शाहीर अमर शेख' स्मृती पुरस्कार; महाराष्ट्र शाहीर परिषद पुणे-शाखा बुलडाणा- २००६

'छत्रपती शिवराय राष्ट्रीय मानवी कल्याण' पुरस्कार; ह्यूमन वेल्फेअर सोशल ऑर्गनायझेशन, जोगेश्वरी, मुंबई- २००८

'विंदा' काव्य पुरस्कार; अंकुर सार्वजनिक वाचनालय, चांदूर, जिल्हा अकोला- २०१०

'अक्षरवेल' राज्यस्तरीय पुरस्कार; अंकुर साहित्य संघ, अकोला- २०११

'सरलाताई गहिलोत' राज्यस्तरीय उत्कृष्ट लेखन शोध पत्रकारिता पुरस्कार, कराड- २०११

'सह्याद्री बाणा' साहित्यसेवा पुरस्कार; शिवशंभू युवा मंच, बुलडाणा- २०१४

'आदर्श शिक्षक' जिल्हास्तरीय पुरस्कार; शिवाजी महाविद्यालय व चेके पाटील फाउंडेशन, चिखली- २०१४

'कुसुमाग्रज' राज्यस्तरीय पुरस्कार; 'आसवात भिजलेलं रान' काव्यसंग्रह- अकोला- २०१४

'भगवान ठग तुका म्हणे 'राज्यस्तरीय पुरस्कार; 'आसवात भिजलेलं रान' काव्यसंग्रह, बुलडाणा- २०१५

'साहित्यभूषण' पुरस्कार; नांदुरा तालुका कुणबी समाज विकास मंडळ, नांदुरा- २०१५ निबंध लेखन व कथास्पर्धा पुरस्कार

'प्रथम' राज्यस्तरीय निबंध स्पर्धा- माळी युवक संघटना पातूर, जि. अकोला- २००३

'प्रथम' विदर्भस्तरीय निबंध स्पर्धा - भारतरत्न डॉ. बबासाहेब आंबेडकर जयंती उत्सव समिती, बुलडाणा - २००४

'द्वितीय' राज्यस्तरीय निबंध स्पर्धा- इंडियन बहुजन टीचर असोसिएशन, अहमदनगर-२००४

'द्वितीय' विभागीय स्तर निबंध स्पर्धा-इंजिनिअर्स असोसिएशन, खामगाव- २००४

'प्रथम' राज्यस्तरीय निबंध स्पर्धा - महात्मा जोतिबा फुले विश्वभारती, गारगोटी, जिल्हा कोल्हापूर - २००५

'द्वितीय' जिल्हास्तरीय निबंध स्पर्धा- पंढरीनाथ पाटील जयंती उत्सव समिती, चिखली - २००५

'प्रथम' राज्यस्तरीय कथास्पर्धा - शब्दगंध साहित्य परिषद, महाराष्ट्र राज्य, अहमदनगर, २०१५

'प्रथम' राज्यस्तरीय कथास्पर्धा- 'लोकदीप' दै. लोकशाही वार्ता दिवाळी अंक, नागपूर- २०१५

इतर माहिती - जिल्हा सचिव- अंकुर साहित्य संघ, बुलडाणा जिल्हा.

सचिव - खामगाव साहित्य संघ. खामगाव

आजीव सभासद - विदर्भ साहित्य संघ, नागपूर.

www.ingramcontent.com/pod-product-compliance
Lightning Source LLC
LaVergne TN
LVHW090002230825
819400LV00031B/501